जीवनाची दोन टोकं
ध्यान आणि धन

बेस्टसेलर पुस्तक 'विचार नियम'चे रचनाकार सरश्री यांची अन्य श्रेष्ठ पुस्तकं

आध्यात्मिक विकास साधण्यासाठी या पुस्तकांचा लाभ घ्यावा

- अंतर्मनाच्या शक्तीपलीकडील आत्मबळ
- मांजर आडवं गेलं तर – चुकीच्या धारणांतून मुक्ती
- ध्यान नियम – आध्यात्मिक उन्नतीचा दिव्यमार्ग
- मृत्यू उपरांत जीवन – मृत्यू मोका की धोका
- ईश्वर कोण मी कोण – आत्मसाक्षात्काराचा मार्ग
- तुझी इच्छा तीच माझी इच्छा – भक्ती वरदान
- The मन – कसे बनावे मन: नमन, सुमन, अमन आणि अकंप
- प्रेम नियम – प्लॅस्टिक प्रेमातून मुक्ती
- प्रथम स्मरावा राम नंतर काम – प्रेम, काम आणि वासनेच्या परिचयाचं महान सूत्र

स्वविकासासाठी या पुस्तकांचा लाभ घ्यावा

- विचार नियम – आपल्या यशाचे रहस्य
- विकास नियम – आत्मसंतुष्टीचं रहस्य
- आळसावर मात – उत्साही जीवनाची सुरुवात
- स्वसंवाद एक जादू – आपला रिमोट कंट्रोल कसा प्राप्त करावा
- बोरडम, मोह, अहंकार यांपासून मुक्ती – सूक्ष्म विकारांवर विजय
- रचनात्मक विचारसूत्र – नाविन्यपूर्ण विचारांद्वारे जीवन बदलण्याचा मार्ग
- सुगंध नात्यांचा – सोनेरी नियमाची किमया
- आत्मविश्वास आणि आत्मबळ – How to gain Self Confidence
- साहसी जीवन कसं जगाल – अशक्य कार्य शक्य कसं कराल

युवकांनी या पुस्तकांचा लाभ घ्यावा

- आजच्या युवा पिढीसाठी – विचार नियम फॉर युथ
- नींव नाइन्टी फॉर टीन्स् – बेस्ट कसे बनाल
- श्रीरामांकडून काय शिकाल – नवरामायण फॉर टीन्स्

या पुस्तकाद्वारे प्रत्येक समस्येचं समाधान प्राप्त करा

- स्वास्थ्य प्राप्तीसाठी विचार नियम – मन:शक्तीद्वारे निरामय आरोग्य मिळवा
- स्वीकाराची जादू – त्वरित आनंद कसा प्राप्त करावा
- भय, चिंता आणि क्रोध यांपासून – मुक्ती

या आध्यात्मिक कादंबऱ्यांद्वारे जीवनाचं गूढ रहस्य जाणा

- योग्य कर्मांद्वारे यशप्राप्ती – सन ऑफ बुद्धा
- शोध स्वतःचा – In Search of Peace
- पृथ्वी लक्ष्य – मृत्यूचं महासत्य
- दुःखात खुश राहण्याची कला – संवाद गीता

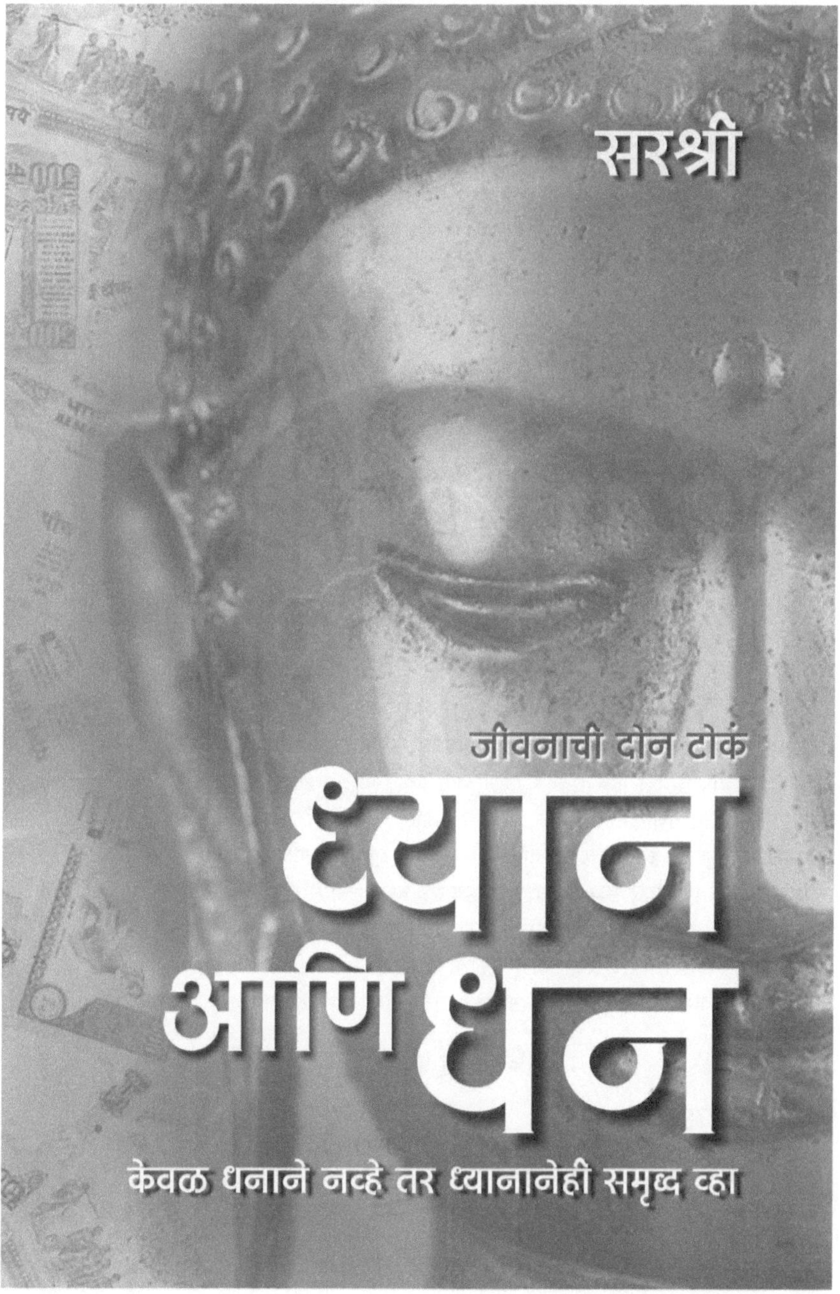

सरश्री

जीवनाची दोन टोकं
ध्यान
आणि धन

केवळ धनाने नव्हे तर ध्यानानेही समृद्ध व्हा

जीवनाची दोन टोकं ध्यान आणि धन

© Tejgyan Global Foundation

All Rights Reserved 2015.
Tejgyan Global Foundation is a charitable organisation having its headquarter in Pune, India.

सर्वाधिकार सुरक्षित

'वॉव पब्लिशिंग्ज् प्रा. लि.' द्वारे प्रकाशित हे पुस्तक अशा अटीवर विकण्यात येत आहे, की प्रकाशकाच्या लेखी पूर्वअनुमतीविना ते व्यापाराच्या दृष्टीने अथवा अन्य प्रकारे उसने, भाड्याने अथवा विकत अन्य कोणत्याही प्रकारच्या बांधणीत अथवा अन्य मुखपृष्ठासह देता येणार नाही; तसेच अशाच प्रकारच्या अटी नंतरच्या ग्राहकावर बंधनकारक न करता आणि वर उल्लेखिलेल्या कॉपीराइटपुरत्या मर्यादित न ठेवता या पुस्तकाच्या कोणत्याही स्वरूपाच्या विनिमयास, तसेच कॉपीराइटधारक व वर उल्लेखिलेले प्रकाशक दोघांच्याही लेखी पूर्वअनुमतीविना इलेक्ट्रॉनिक, मेकॅनिकल, फोटोकॉपी, रेकॉर्डिंग इत्यादी प्रकारे या पुस्तकाचा कोणताही अंश पुनःप्रस्तुत करण्यास, जवळ बाळगण्यास अथवा सुधारित स्वरूपात प्रस्तुत करण्यास मनाई आहे.

प्रकाशक : वॉव पब्लिशिंग्ज् प्रा. लि., पुणे

ISBN : 9788184154504

प्रथम आवृत्ती : नोव्हेंबर २०१५
पुनर्मुद्रण : सप्टेंबर २०१६

'ध्यान और धन' या मूळ हिंदी पुस्तकाचा मराठी अनुवाद

Jeevanachi Don Tok Dhyan Aani Dhan
By **Sirshree** Tejparkhi

हे पुस्तक
समर्पित आहे,
सातत्यपूर्वक
ध्यान करणाऱ्या
साधकांना...

सरश्रींचं व्ही.सी.डीं.द्वारा हिंदी भाषेत उपलब्ध असलेलं मार्गदर्शन

१. सत्य साधकां साठी

- God Realisation – ईश्वर प्राप्ति के ८ कदम
- The मन– कैसे बने मन : नमन, सुमन, अमन और अकंप
- एक भाव, एक दिशा – एक से व्यवहार असली अध्यात्म है
- मृत्यु – मृत्यु के डर से मुक्ति, जीवन जीने का रहस्य
- वर्तमान में कैसे रहें– आओ आश्चर्य करना सीखें
- पृथ्वी लक्ष्य– पृथ्वी पर क्यों आए और क्या करें
- निराकार का आकार– क्या ईश्वर निराकार है
- आज़ादी का आनंद कैसे पाएँ– इंसान की सात ज़रूरतें
- महाआसन– सीक्रेट इज सी ग्रेट
- पृथ्वी प्रतिसाद – पृथ्वी पर जीने के चार तरीके
- मोक्ष– कब, क्यों, कहाँ और कैसे
- मूर्ति पूजा करें या न करें – मूर्ति पूजा रहस्य
- सबसे बड़ी दौलत कैसे प्राप्त करें – चेतना के सात स्तर
- संघ ध्यान– कैसे और क्यों करें
- दिशा ध्यान – Attention Directed Meditation
- सुरक्षित ध्यान – पूर्व और अपूर्व तैयारी
- संपूर्ण ध्यान – The Complete Meditation

२. सर्वांसाठी

- तनाव मुक्त जीवन कैसे जीएँ – संतुलित जीवन कैसे जीएँ
- आत्मविश्वास कैसे प्राप्त करें - Greatest Vibration on Earth
- जो कर हँसकर कर – अपनी मदद करने के लिए ईश्वर की मदद कैसे करें
- जीवन में कैसे खेलें, खिलें, खुलें - How to blossom in life
- आओ जीना सीखें - 13 Lessons of Life
- जीवन दर्शन और मान्यताएँ – मन की मान्यताएँ
- दु:ख मुक्ति रहस्य – खुश क्यों और कैसे रहें
- सरल लेकिन शक्तिशाली जीवन कैसे जीएँ
- पूर्ण इंसान कैसे बनें – मैच्युरिटी कैसे प्राप्त करें
- स्वसंवाद का जादू – अपना रिमोट कंट्रोल कैसे प्राप्त करें
- निर्णय लेने की कला – वचनबद्ध निर्णय और ज़िम्मेदारी कैसे लें
- शांति की शक्ति आपका लक्ष्य

अनुक्रमणिका

प्रस्तावना	ध्यानाला धनाची आणि धनाला ध्यानाची संपदा बनवा	९
खंड १	**ध्यानरूपी धन**	**१३**
अध्याय १	ध्यान भूत-भविष्यापलीकडे	१५
अध्याय २	ध्यानाचा खरा अर्थ	२३
अध्याय ३	ध्यानात विकासाचा खरा अर्थ	२६
अध्याय ४	ध्यानाचा मूळ उद्देश	३४
खंड 2	**सांसारिक जीवनात ध्यानाचं महत्त्व**	**४१**
अध्याय ५	मायेचा तीर, ध्यानाची ढाल	४३
अध्याय ६	ध्यानाला दिशा द्या	४७
अध्याय ७	ध्यानाकडून स्वध्यानाकडे	५१
अध्याय ८	ध्यान मंत्र	५६
अध्याय ९	ध्यानाचे चार शत्रू	६२
अध्याय १०	ध्यानाद्वारे स्वतःला संतुलित कसं राखाल	६७
अध्याय ११	निद्रेत बेहोशी, समाधीत सजगता	७१
खंड 3	**महाध्यानाचं ध्यान**	**७७**
अध्याय १२	ध्यान- मूळ धारणेवरील उपाय	७९
अध्याय १३	शरीराद्वारे महाध्यानाची तयारी	८३

ध्यान आणि धन / ७

अध्याय १४	महाध्यानासाठी शरीर ग्रहणशील बनवा	९२
अध्याय १५	महाध्यान	९७
अध्याय १६	संपूर्ण ध्यान	१०४
अध्याय १७	गहन ध्यान विधी	११०
खंड ४	**धनाविषयींचं ज्ञान**	**११७**
अध्याय १८	प्रगतीचं रहस्य	११९
अध्याय १९	धनाविषयी धारणा	१२१
अध्याय २०	समय, प्रेम, पैसा आणि ध्यान	१२५
अध्याय २१	अनावश्यक खर्च टाळा	१३१
अध्याय २२	देण्यात कंजूसी करु नका	१३४
अध्याय २३	लक्ष्मी तुमच्यावर प्रसन्न राहो	१३९
अध्याय २४	प्रेमाची दौलत	१४२
	परिशिष्ट १	
अध्याय २५	ध्यानाची डिक्शनरी	१४५
	परिशिष्ट 2	
	तेजज्ञान फाउंडेशन व पुस्तकांची माहिती	१५३-१६८

प्रस्तावना

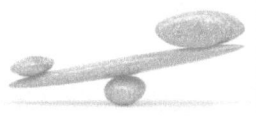
ध्यानाला धनाची आणि धनाला ध्यानाची संपदा बनवा

ध्यान आणि धन... वरवर बघता दोन्ही शब्द सारखेच. पण दोन्हीचा अर्थ मात्र गहन तसंच सखोल आहे. तसं पाहिलं तर हे दोनही शब्द आपल्याला समृद्ध करणारेच. एक बाह्यसमृद्धी बहाल करणारा, तर दुसरा आंतरिक समृद्धीचा वर्षाव करणारा. मात्र संपूर्ण समृद्धी साध्य करण्यासाठी ध्यानाला धनाची आणि धनाला ध्यानाची साथ असणं आवश्यक आहे. इथे केवळ धनाची नव्हे तर मनाची समृद्धी अभिप्रेत आहे. कठीण वाटतंय ना? पण जर ठरवलंच तर हे अजिबात कठीण नाही. वास्तविक ही गोष्ट गावातील एक साधीसुधी महिलाही तुम्हाला सहज शिकवू शकेल.

एका गावामध्ये एक महिला आपल्या लहानग्याला सोबत घेऊन जात असते. तिच्या डोक्यावर पाण्याने भरलेला घडा असतो. हे दृश्य आपण ग्रामीण भागात, चित्रपटामध्ये किंवा चित्रांमध्ये सतत बघत असतो. तिने एका हाताने आपल्या लेकराचा हात धरलेला असतो, तर दुसऱ्या हाताने मातीचा घडा घट्ट पकडलेला असतो. माय-लेक दोघंही पाणवठ्यावरून घरी निघालेले असतात. या दृश्याकडे बघितलं तर एकाबाजूला गृहकृत्यदक्ष स्त्रीचं, तर त्याचवेळी आपल्या लेकराची ममतेने काळजी घेणाऱ्या कर्तव्यदक्ष मातेचं आपल्याला दर्शन घडतं. आता याच दृश्याकडे थोड्या वेगळ्या दृष्टीकोनातून बघितलं तर जीवनाचं एखादं रहस्य तुमच्यासमोर उलगडेल.

त्या महिलेसाठी घरी पोहोचणं हे तिचं लक्ष्य आहे. ती तिच्या छोट्याशा मुलाला काळजीपूर्वक घरी घेऊन जात असते. त्याच वेळी पाण्यानं काठोकाठ भरलेल्या

घड्याकडेही तिचं लक्ष असतं. जरासा जरी तोल गेला तरी तो घडा क्षणार्धात खाली पडू शकतो किंवा त्यातलं पाणी हिंदकळू शकतं, हे तिला ठाऊक असतं. सगळ्याचा समतोल साधत आपल्या ध्येयाच्या दिशेनं मार्गक्रमण करणं तिला कसं काय जमत असेल, याचा तुम्ही विचार केलाय का? खरंतर एकाग्रता, दृढनिश्चय आणि सततच्या सरावामुळे हे कठीण कार्यदेखील तिला साध्य झालंय. ही कहाणी म्हणजे एक उदाहरण आहे.

आपलं कूल-मूल-लक्ष्य - आपलं ध्येय (घर)

दिवसभरातील कार्य - आपली मुलं

डोक्यावर ठेवलेला घडा - आपलं केंद्र (तेजस्थान)

अशा प्रकारे सर्व कर्तव्यं पार पाडतानादेखील आपण हृदयरुपी घड्यावर स्वतःचं ध्यान केंद्रित करू शकतो. कारण आपल्याला गाठायचंय, कूल-मूल-लक्ष्य. म्हणजेच ज्याप्रमाणे त्या महिलेला सर्व कामं आटोपून घरी जायचंय, तसंच आपल्यालाही 'स्व'गृही परतायचंय आणि तेही हृदयस्थानी, तेजस्थानी असणारा आनंदाचा घडा खाली पडू न देता! ज्याप्रमाणे गावातील महिलेला तिच्या मुलाकडेही लक्ष द्यावं लागतं, त्याचप्रमाणे आपल्याला दिवसभर अनेक कामं करावी लागतात. म्हणून आपल्याला त्या महिलेसारखं चालायला शिकलं पाहिजे. याचाच अर्थ, केवळ वरवरचं अनुकरण नव्हे, तर तिच्या अंतर्मनाचा शोध आपल्याला घ्यावा लागेल. सगळ्याचा समतोल साधत ध्येयाकडे निरंतर वाटचाल करायची असेल, तर आपल्यालाही त्या महिलेसारखंच संतुलन साधता यायला हवं. अगदी याचप्रमाणे, आपणही आपली सर्व कर्मं करत असताना स्वतःचं ध्यान हृदयस्थानी केंद्रित करायला हवं. जसं, ती महिला एकाच वेळी अनेक कामं करत असतानादेखील तिचं लक्ष डोक्यावरच्या घड्यावरही असतं.

एका हाताने डोक्यावर भरलेला घडा आणि दुसऱ्या हाताने मुलाला पकडलयं, असा खाचखळग्याचा प्रवास सगळ्यांना नेहमीच करावा लागतो. इतकं कठीण काम करत असतानाही सतत तिच्या लक्षात असतं, की घड्यामधील पाणी आपल्या संपूर्ण कुटुंबाची तहान भागवणार आहे. रस्त्यात तिला एखादी सखी भेटताच ती महिला थांबते. आपल्या सखीशी सुखदुःखाच्या दोन गोष्टी बोलते. पण तेव्हाही ती मुलाचा हात सोडत नाही. शिवाय डोक्यावर असलेल्या घड्यावरचं लक्षही विचलित होऊ देत नाही. गप्पा

मारून होताच ती पुन्हा घराकडे निघते. गप्पांच्या नादात ती स्त्री तिचं घर, तिचं ध्येय विसरते का? अजिबात नाही. मैत्रिणीशी गप्पा झाल्यावर ती पुन्हा तिच्या घरी जायला निघते. सांसारिक कार्य करताना आपल्यालाही काही अडथळे येत असतात. पण ते पार केल्यावर आपण त्वरित आपल्या ध्येयाकडे, सत्याच्या दिशेनं वाटचाल सुरू केली पाहिजे.

ती महिला जेव्हा तिच्या डोक्यावरचा घडा आणि हाताशी असलेल्या मुलाला सावरत असते, तेव्हा तिला तिच्या घड्यातील पाणी तहान भागवणार आहे, हेही माहीत असतं. तर मग रस्त्यावर ती मध्येच कुणाकडेही पाणी मागेल का? निश्चितच नाही. डोक्यावर पाण्यानं भरलेला घडा असतानाही जर तिनं इतर कुणाकडे पाणी मागितलं तर याचाच अर्थ, तिला तिच्याकडे असलेल्या पाण्याचा म्हणजेच सत्यज्ञानाचा विसर पडला आहे. आपण इतरांकडे काय मागत असतो? आपण आपले निर्णय कसे घेतो? या गोष्टींचा विचार सखोलपणे केला, तर आपले निर्णयच आपली अवस्था स्पष्ट करत असतात हे जाणवेल. आपल्याला आपल्या ध्येयाचं, खऱ्या स्वरूपाचं स्मरण आहे हे आपले निर्णयच दर्शवतात. खरंतर आपण आपलं ध्येय आणि स्वरूपच विसरून गेलो आहोत. त्यामुळे इतरांनी आपल्याकडे लक्ष द्यावं अशी आपण अपेक्षा बाळगतो. डोक्यावर पाण्यानं भरलेला घडा घेऊन जाणारी महिला इतरांकडे पाणी मागत नाही तर ती पाणी देत असते, हे लक्षात येईल. त्याचप्रमाणे आपल्याला जर सत्याचं स्मरण असेल, तर इतरांकडून आपण ध्यानाची अपेक्षा न करता उलट त्यांनाच समृद्धी, प्रेम, वेळ आणि सेवा देत राहाल.

प्रस्तुत उदाहरणावरून आपल्याला प्रेरणा मिळेल. आज प्रत्येकाला सत्य जाणून घ्यायचंय. पण सत्याच्या मार्गात येणाऱ्या अडथळ्यांमुळे कित्येकजण हा मार्ग अर्धवट सोडतात. आयुष्यात घडणाऱ्या अनेक घटनांमुळे त्रस्त होऊन विविध कारणं देत राहतात. अशा सबबी द्यायच्या सवयीमुळे मनुष्य आपल्या लक्ष्यापासून विचलित होतो. या उदाहरणावरून प्रत्येकजण हा बोध घेऊ शकतो, की त्या स्त्रीला रस्त्यात मैत्रीण भेटली तरीही ती आपला घडा आणि मूल सोडून देत नाही. उलट चार सुखदुःखाच्या गोष्टी करून आपला घडा सांभाळत ती घराकडे परतते. त्याचप्रमाणे आपणही मार्गात कितीही अडथळे आले तरी ते पार करत पुन्हा आपल्या ध्येयाकडे मार्गक्रमण करत राहायचं आहे. या उदाहरणातून आपण जीवनाचं हेच रहस्य जाणून घ्यायचंय. सत्याच्या मार्गावर चालताना संतुलन राखण्याची कला शिकायची आहे.

मनाच्या कारणं द्यायच्या सवयींच्या जाळ्यात आपल्याला कधीही गुंतायचं नाहीये. कारण या जाळ्यात अडकणारे लोक कधीच ध्येयपूर्ती साधू शकत नाहीत. जगात अशा अनेक लोकांनी जीवनाचे हे अनमोल रहस्य न जाणताच या जगाचा निरोप घेतला आहे. अशी माणसं नेहमीच दुःख भोगत, असंतुष्टपणे जगत असतात, पश्चात्तापात होरपळत असतात. हे टाळायचं असेल तर आपल्याला सबबी देण्याची सवय सोडली पाहिजे. तरच खऱ्या ध्येयापर्यंत पोहोचण्याचं लक्ष्य आपण गाठू शकाल.

प्रस्तुत पुस्तकात आपण जीवनातल्या 'ध्यान आणि धन' या दोन टोकाच्या पैलूंविषयी जाणणार आहोत. तसंच प्रेम, पैसा आणि परमेश्वरप्राप्तीची कलासुद्धा अवगत करणार आहोत.

मनुष्य जीवनात परस्परविरुद्ध असे दोन पैलू असतात. त्यातला पहिला पैलू म्हणजे ध्यानसाधना आणि दुसरा आहे, धनसमृद्धी. ध्यानसाधनेमुळे आपण परमेश्वराच्या निकट पोहोचतो. तर पैसा आपल्याला परमेश्वरापासून दूर करू शकतो. पण ही टोकाची परिस्थिती कशी टाळता येईल, हेच प्रस्तुत पुस्तकाच्या माध्यमातून आपण जाणून घेणार आहोत.

अशाप्रकारे साधना आणि समृद्धी आपल्याला स्वानुभवापर्यंत नेण्यासाठी साहाय्यक ठरू शकतात. ध्यानसाधनेमुळे तुम्ही जीवनाला नक्कीच पूर्णता देऊ शकाल. महाध्यान (संपूर्ण ध्यान) शिकून ही पूर्णता आपल्याला प्राप्त करता येते. ध्यानसाधना हा या पुस्तकाचा महत्त्वाचा भाग आहे. जीवनातल्या या दोन टोकांमध्ये संतुलन साधून ध्यानाला धनाची तर धनाला ध्यानाची जोड दिल्याने आयुष्यात नवचैतन्य निर्माण होईल.

...सरश्री

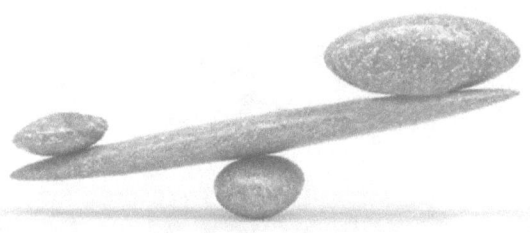

खंड १
ध्यानरूपी धन

अध्याय १

ध्यान भूत-भविष्यापलीकडे
जीवनाचा पहिला महत्त्वाचा पैलू

'ध्यानाचं ध्यान हेच महाध्यान आहे, तर महाध्यानाचं ध्यान म्हणजे परमेश्वरप्राप्तीचा मार्ग!'

सुरुवातीला काही शब्द तुम्हाला कठीण, संभ्रमित करणारे वाटतील. पण हे समजून घेणं अगदी सोपं असल्याचं लवकरच तुमच्या लक्षात येईल. तुम्ही ध्यानाचं ध्यान केव्हा करू शकता? मनानं भूतकाळात आणि भविष्यकाळात राहिलात, तर तुम्हाला ध्यानाचं ध्यान करणं शक्य होणार नाही. कारण तुम्ही ज्यावेळी ध्यानाचं ध्यान करत असता, त्यावेळी तुम्हाला पूर्णपणे वर्तमानातच उपस्थित राहावं लागतं. ध्यानाचं ध्यान केवळ वर्तमानात राहूनच केलं जाऊ शकतं.

तुम्ही ज्या गोष्टीवर लक्ष केंद्रित करता, ती वाढत जाते

आपण ज्या गोष्टीवर लक्ष केंद्रित करतो, ती गोष्ट सर्वांगाने समृद्ध होते. तेव्हा आजपर्यंत तुम्ही कोणकोणत्या गोष्टींवर लक्ष केंद्रित केलं आहे? मुलांकडे योग्य लक्ष दिलं जातं, तेव्हाच ती सुदृढ, सद्गुणी आणि सक्षम होतात, त्यांची वाढ लवकर होते. याउलट ज्या मुलांकडे त्यांच्या पालकांचं दुर्लक्ष होतं, ती इतरांचं लक्ष स्वत:कडे वेधण्यासाठी अनेक उपद्व्याप करत असतात. तोडफोड, रडणं, ओरडणं अशा गोष्टी ते लक्ष वेधून घेण्यासाठीच करतात. आपण जोपर्यंत दंगा करणार नाही, तोपर्यंत आई स्वयंपाकघरातून बाहेर येऊन आपल्याकडे लक्षच देणार नाही, असं त्यांना सतत वाटत असतं. मुलांकडे जर आधीपासूनच व्यवस्थित लक्ष दिलं, तर त्यांची निकोप वाढ होते.

जसं, बागकाम करणारा माळी, ज्या रोपट्याची जास्त काळजी घेतो ते रोपटं इतर रोपट्यांपेक्षा लवकर वाढतं आणि बहरतं. आजवर प्रयोगशाळेतही असे अनेक प्रयोग झाले आहेत. अशा प्रयोगांमध्ये काही रोपट्यांकडे मुद्दाम जास्त लक्ष दिलं गेलं आणि काही रोपट्यांकडे दुर्लक्ष केलं गेलं. निरीक्षणाअंती हे आढळलं, की केवळ जास्त लक्ष दिल्याने ती रोपटी इतरांहून अधिक विकसित झाली. तुम्ही कोणत्या गोष्टींवर जास्त लक्ष देता, याचा थोडा विचार करा. आता हे रहस्य समजल्यावर तुम्ही निश्चितपणे काय कराल? तुम्हाला आयुष्यात काय हवंय, याचाही विचार करायला हवा. तुम्हाला जे हवंय, त्यावर लक्ष केंद्रित करायला सुरुवात करा. तुम्हाला जर स्वास्थ्य, निरामय आरोग्य हवं असेल, तर आरोग्याकडे लक्ष द्या. त्यामुळे तुमचं आरोग्य आपोआपच सुधारू लागेल. त्याचप्रमाणे विपुलतेवर योग्यप्रकारे लक्ष केंद्रित केलं, तर तुमच्या आयुष्यात पैशाचा ओघ वाढू लागेल.

हे रहस्य जाणताच तुम्ही नकारात्मक गोष्टींवर लक्ष देणं कमी कराल. मग एक वेळ अशी येईल, की तुमच्या मनात चुकूनही नकारात्मक विचार येणार नाहीत. किंबहुना तुमचं लक्ष नकारात्मक गोष्टींकडे जाणारच नाही. जरा विचार केलात तर तुमच्या लक्षात येईल, आजपर्यंत तुम्ही नकारात्मक गोष्टींचाच जास्त विचार करत आला आहात. 'असं तर होणार नाही ना... तसं तर घडणार नाही ना...' असे विचार करणं म्हणजे जणू नकळतपणे नकारात्मकतेलाच खतपाणी घालण्यासारखं आहे. त्यामुळेच आजवर तुमच्या जीवनात चुकीच्या गोष्टी घडत होत्या. खरंतर नकारात्मक गोष्टींचा विचारच करायचा नसतो. पण आपल्या मनाला अशाच गोष्टींचा विचार करण्याची वाईट खोड असते. एक साधं उदाहरण बघा, तुमचा एखादा दात पडला असेल, तर इच्छा नसतानाही दिवसभरात अनेकदा आपली जीभ तिथेच जाते. मात्र बाकीच्या एकतीस दातांकडे कधीच लक्ष जात नाही. जो दात पडलाय तिथेच जिभ वारंवार जाते. आपणही असंच करत असतो ना? आपल्याकडे जे नसतं त्याचीच खंत बाळगत राहतो. वास्तविक, जे उपलब्ध आहे, जे वाढवायचं आहे, त्याकडे आपण लक्ष दिलं पाहिजे.

यासाठी आपल्या जीवनात असलेल्या चांगल्या गोष्टींवरच आपलं लक्ष केंद्रित करा. तुमच्याकडे घर, गुण, कलाकौशल्यं, चांगले मित्र, नातेवाईक या गोष्टीआहेत. जे काही चांगलं असेल त्यावर ध्यान केंद्रित केल्याने ती प्रत्येक गोष्ट वाढत जाईल. एखादी गोष्ट मिळाल्यावर तिचं महत्त्व विसरून जाणं हा मनुष्यस्वभावच आहे. तो एखादी गोष्ट

मिळवण्यासाठी खूप धडपड करतो, अनेक प्रयत्न करतो पण जेव्हा ती गोष्ट त्याला मिळते, तेव्हा तिचं मूल्य विसरतो. तिचा आनंद घेणं सोडून देतो. बघा ना, माणसाच्या आयुष्यातली सगळ्यात मूल्यवान गोष्ट कोणती? तर आपला श्वास! आपला श्वास अविरत चालू असतो. पण आपल्याला त्याची साधी जाणीव तरी असते का? एक तर मनुष्यजन्म मिळणं हीच एक अलौकिक भेट आहे आणि आपला श्वास चालू असणं हे दुसरं अमूल्य वरदान आहे. पण आपण त्याचं मोल समजून घेत नाही, त्याकडे आपलं कधीच लक्ष जात नाही. खरंतर श्वास चालू आहे म्हणून आपण अनेक गोष्टींचा आनंद घेऊ शकतो. आयुष्याचा आनंद घेण्याचं साधन म्हणजे शरीर आणि ते चालू ठेवतो तो श्वास. शरीराच्या माध्यमातून आपण असीम आनंद प्राप्त करू शकतो, ज्याची आपण कधी कल्पनाही करू शकत नाही.

दुर्दैवाने सुयोग्य ज्ञानाअभावी माणूस चुकीच्या गोष्टींमध्येच आनंद मानू लागतो. आनंद मिळवण्यासाठी तो दारू पितो, नशा करतो, जुगार खेळतो, रेसवर पैसे लावतो. कोणाकोणाला तर असं वाटत असतं, की आपल्याला अमुक एक गोष्ट मिळाली... तमुक एक गोष्ट घडली तरच आनंद मिळेल. जसं, गाडी-बंगला मिळाला, घरात चैनीच्या वस्तू आल्या, चांगली नोकरी मिळाली, प्रमोशन मिळालं, पगार वाढला तरच आपण आनंदी होऊ, असं माणसाला वाटत असतं. पण त्याला माहीतच नसतं, की असा निखळ आनंद हा बाह्य गोष्टींवर अवलंबून नसून तो आपल्या अंतर्यामी असतो, जो ध्यानाचं ध्यान केल्याने प्राप्त होतो. चला तर मग ध्यानाचं ध्यान कुठे केंद्रित करायचं, हे रहस्य जाणून घेऊया.

ध्यानाचं ध्यान कुठे केंद्रित करायचंय, हे समजताच आपल्याला कधी खऱ्या आनंदाची उणीव भासणार नाही. जी गोष्ट तुम्हाला हवी आहे ती कधीच कमी पडणार नाही. त्यासाठी तुम्हाला कधीही इतरांवर अवलंबून राहावं लागणार नाही. कोणीतरी आपली प्रशंसा करावी, आपली कामं करावीत, आपल्या वाढदिवशी आपल्याला छानशी भेट आणून द्यावी. कोणीतरी आपल्यासाठी काहीतरी करावं यातच तर आनंद आहे, असं माणसाला सतत वाटत असतं. पण आनंदासाठी असं दुसऱ्यांवर अवलंबून का राहायचं? आपला आनंद हा अंतरंगातच आहे आणि आपण कधीही त्याचा आस्वाद घेऊ शकतो. 'मी आनंदी आहे कारण मी जिवंत आहे. माझ्या आनंदासाठी केवळ माझं अस्तित्व पुरेसं आहे,' असं कधी कोणाकडून तुम्ही ऐकलंय का?

विकासाकडे लक्ष द्या

जीवनातील पहिला पैलू समजून घेण्यासाठी तुम्हाला तुमच्या तेजविकासावर ध्यान केंद्रित केलं पाहिजे. तेजविकास म्हणजे लाभ-हानी, नफा-तोटा, सफलता-असफलता या द्वैतापलीकडे असणारा विकास! आजवर तुम्ही एखादं कार्य केलं, तर त्यात किती फायदा मिळेल, काही नुकसान होईल का, याच गोष्टींचा विचार करत राहिलात. एखादा माणूस जेव्हा सत्संगात जातो, तेव्हा तोसुद्धा असाच विचार करत असतो, 'मी माझ्या व्यवसायातील दोन तास सत्संगासाठी खर्च करणार आहे. मग माझा त्यात नेमका काय फायदा! ग्राहक निघून गेल्याने माझं तर नुकसानच होईल.' आता तुम्ही विचार करा, तुमचं लक्ष कोणत्या गोष्टींवर जास्त आहे? कारण आता वेळ आलीय ती फायदा आणि नुकसान यांपलीकडे असणारा विकास साध्य करून घेण्याची. तुम्ही आयुष्यभर असाच विचार करत राहिलात, तर या विश्वात जो उद्देश घेऊन आला आहात, तो कधीच पूर्णत्वाला जाऊ शकणार नाही. म्हणून आता तुम्ही स्वत:साठी असा निश्चय करा, 'जो उद्देश घेऊन मी पृथ्वीवर आलोय, त्याच गोष्टी माझ्या जीवनात घडणार आहेत.' तुमचं ध्यान जेव्हा तुमच्या तेजविकासावर केंद्रित होईल, तेव्हा तुमचा तेजविकास होत असलेला तुम्हाला जाणवेल. आपल्या जीवनात ध्यानाचं स्थान थोडं बदलायचं आहे, त्यात परिवर्तन आणायचं आहे.

जीवनातील पहिल्या पैलूचा प्रथम धागा - भूतकाळ

भूतकाळामध्ये कधीही अडकून पडू नका कारण तुम्ही ज्या गोष्टीवर ध्यान केंद्रित कराल, तसेच बनाल. तुम्ही जर भूतकाळावर ध्यान केंद्रित केलं, तर मनानं कायम भूतकाळातच जगत राहाल आणि आभासी जीवन जगत राहाल. आपल्याला भूतकाळात नाही तर वर्तमानकाळात राहायचं आहे. वर्तमानकाळ हा सत्याच्या सान्निध्यात असलेला काळ आहे. त्या काळात राहिल्याने आपण साक्षात सत्यच बनाल. ही गोष्ट माहीत असूनही कित्येकजण सतत मोहमायेच्या आभासी जगात, भ्रमात जगत राहून मृगजळामागे धावताना थकून जातात.

आश्चर्याची बाब म्हणजे कित्येकांना तर शेवटच्या श्वासाला याची जाणीव होते, 'अरे! आपण तर आयुष्य जगलोच नाही.' अशाप्रकारे काही लोक त्यांचं सगळं आयुष्य भूतकाळातच जगत असतात. किंबहुना ते जगतच नाहीत. कारण खरं जीवन आहे ते

वर्तमानातच. वास्तवात जीवनासाठी लागणारा ऑक्सिजन आहे तो वर्तमानात. पण माणूस करतो काय? तर तो भूतकाळातून ऑक्सिजन घेऊ पाहतो आणि त्यासाठी त्याला लांब श्वास घ्यावा लागतो. त्यामुळे त्याला हार्टअॅटॅक (हेट अॅटॅक) येऊ शकतो. भूतकाळात घडून गेलेल्या घटना, अपराधबोध, द्वेष त्याच्यात जागृत होतो. काही घटना सतत आठवत राहिल्याने माणूस विचार करतो, 'माझ्याच बाबतीत असं का घडलं? मी ती चूक का केली? तो माणूस माझ्याशी असं का वागला?' अशाप्रकारच्या विचारांत गुंतत गेल्याने तो वर्तमानापासून दूर जातो. म्हणूनच विकारांपासून मुक्त व्हायचं असेल, तर भूतकाळापासून आणि भविष्यकाळापासूनही मुक्त व्हायला हवं.

जीवनातील पहिल्या पैलूचा दुसरा धागा - भविष्यकाळ

मनुष्य स्वतःच्या दुःखावरचे उपाय भविष्यात शोधत असतो. पण सुंदर भविष्याची निर्मिती होते ती वर्तमानातच. हे माहीत नसल्यामुळे काही लोक शेखचिल्लीप्रमाणे भविष्याच्या स्वप्नांमध्ये विहरत राहतात. त्यामुळे वर्तमानातला किती मौल्यवान वेळ खर्च होतोय, याचं त्यांना भानच राहत नाही. जे काम त्याला आज करायचं आहे, ते उद्यावर ढकललं जातं आणि मग समस्या, निराशा, तणाव यांचा सामना त्यांना करावा लागतो.

विद्यार्थ्यांना जर भविष्यात घवघवीत यश हवं असेल, तर त्यांनी वर्तमानात अभ्यास करायला हवा. पण वर्तमानात अभ्यास न केल्याने विद्यार्थ्यांना परीक्षेच्यावेळी खूप ताण जाणवतो. काही विद्यार्थ्यांना हा ताण असह्य झाल्याने त्यातून सुटण्यासाठी आत्महत्येसारखा अत्यंत चुकीचा मार्ग ते अवलंबतात.

एखादा कर्मचारी जर वर्तमानात कामाच्या वेळी काम न करता एकमेकांच्या चहाड्याचुगल्या करण्यात, गप्पा मारण्यात वेळ दवडत असेल, तर तो स्वतःचेच भविष्य बिघडवत असतो. मग अशा कर्मचाऱ्याची पदोन्नती कशी होणार? याउलट जे कर्मचारी वर्तमानात चांगलं काम करतात, त्यांना पदोन्नती मिळते. म्हणून उज्ज्वल भविष्याची चावी वर्तमानात असते, हे कधीही विसरू नका.

वर्तमानाच्या खिडकीतून

भूत आणि भविष्यामध्ये येतो तो वर्तमान. वर्तमानातच आपल्या भविष्याचं गुपित लपलेलं असतं. भविष्याची चावी वर्तमानाच्या हातात असते. पण माणूस भविष्याची

चावी भविष्यातच शोधत राहतो, भविष्याच्या कल्पनेत रमतो आणि वर्तमानाकडे दुर्लक्ष करतो. खरंतर इथेच तो चुकतो. त्याला जेव्हा हे वास्तव समजेल, की भविष्याची चावी वर्तमानाच्या हातात आहे, तेव्हाच ध्यानाचं रहस्य त्याच्यासमोर प्रकट होईल.

एकदा हे ध्यानरहस्य तुम्ही समजून घेतलं, की मग तुमचं जीवन नित्यनूतन, ताजंतवानं आणि तेजोमय होऊ लागेल. दरवर्षी नव्या वर्षाचं आगमन होताच लोकांमध्ये अमाप उत्साह संचारतो. बरेच लोक वेगवेगळे संकल्पही करतात, 'या वर्षी आम्ही रोज व्यायाम करू... लवकर उठू... एखादं कार्य नित्यनेमानं करू... वगैरे.' पण होतं काय? तर वर्षाचे सुरुवातीचे काही दिवस हा संकल्प पाळला जातो आणि मग हळूहळू त्यात खंड पडतो. दरवर्षी असंच घडत असतं. पण एखादी चांगली गोष्ट सुरू करण्यासाठी नव्या वर्षाची वाट का बघावी? 'आपला प्रत्येक वर्तमान दिवसच नव्या वर्षाची सुरुवात आहे. प्रत्येक दिवस हा आपल्या उर्वरित आयुष्याचा पहिला दिवस आहे,' या विचारासोबत आपण सर्वजण वर्तमानात राहूया.

लोक सगळी कामं नव्या वर्षात एकाच दिवसात करायचा प्रयत्न करतात. अशी घाई गडबडीत सुरू केलेली कामं फार काळ चालू शकत नाहीत आणि मग बंद पडलेली कामं सुरू करण्यासाठी लोक पुन्हा नव्या वर्षाची (भविष्याची) वाट पाहत राहतात.

आधी वर्तमानाचा स्वीकार करून जी परिस्थिती आहे ती स्वीकारा, समस्यांना घाबरू नका. समस्यांचा स्वीकार केला तरच तुम्ही त्यावर उपाय शोधू शकाल. स्वीकाराची ही शक्ती दररोज पारखून पाहा. आपल्या धैर्याचं परीक्षण करा आणि प्रत्येक घटनेत स्वीकारभावनेनं कार्य करत राहा.

वर्तमानावर केंद्रित ध्यान म्हणजे जणू अशी खिडकी, जी उघडल्यावर भरपूर प्रमाणात ऑक्सिजनचा पुरवठा होऊ लागतो. पण ही खिडकी कशी ओळखायची? तर या खिडकीला एक खास नाव आहे. ते म्हणजे 'अ-कल.' अकल म्हणजे जिथे 'कल' नाही. हिंदीत काल आणि उद्या अशा दोन्ही दिवसांना 'कल' म्हणतात. म्हणजेच कल-कल. वर्तमानाची खिडकी म्हणजे अ-कलची खिडकी आहे. याच खिडकीवर भविष्याची किल्ली टांगलेली आहे. वर्तमान सुखी, शांत, समाधानी व्हावा असं वाटत असेल, तर त्याच्या मागच्या-पुढच्या या दोन 'कल'पासून मुक्ती मिळवायला हवी. म्हणजेच भूत आणि भविष्यापासून मुक्त राहण्याची कला अवगत करायला हवी. जिथे हे दोन्ही कल

नसतील अशा अ-कलच्या खिडकीतून जगाकडे, आयुष्याकडे पाहायला हवं. या अ-कलच्या खिडकीवरच सुंदर भविष्याची चावी अडकवलेली असते.

आपल्याकडून झालेल्या चुकांवर आज मनन केलं, तर आपण भविष्यातील चुकांची पुनरावृत्ती टाळू शकतो. ज्याप्रमाणे आपण पेनातील रिफील संपल्यानंतर ती फेकून देतो, त्याचप्रमाणे भूतकाळातील घटना विसरून जायच्या आहेत. काही पेन असे असतात, ज्यातील रिफील संपल्यावर ती फेकून द्यावी लागतात. कारण ते पेन काही कामाचे नसतात. तसंच भूतकाळाचा आणि भविष्यकाळाचा उपयोग करून त्यातून मुक्त व्हायचं आहे.

उलटून गेलेल्या दिवसात म्हणजेच भूतकाळात केलेल्या चुका समजून घेऊन त्यानुसार स्वत:मध्ये सुधारणा करा आणि भूतकाळाला कायमची मूठमाती देऊन टाका. कारण भूतकाळ वाईट नसून तो तर मृत आहे. (Past is not BAD, but Past is DEAD.) शिवाय, भविष्यकाळ अजून जन्माला यायचा आहे. त्यामुळे सध्या जिवंत आहे, अस्तित्वात आहे तो केवळ वर्तमानकाळ.

वर्तमान वास्तव आहे, बाकी सगळं निरर्थक

आपण आपल्या वर्तमानाला काळ्या दिवसांपासून आणि शुभ्र रात्रींपासून मुक्त ठेवायचं आहे. काळा दिवस म्हणजे काळी राख. काळी राख म्हणजे भूतकाळातल्या मृत झालेल्या दु:खद आठवणी. शुभ्र रात्री म्हणजे पांढरी राख म्हणजे भूतकाळातल्या मृत झालेल्या सुखद आठवणी. पण आठवणी दु:खद असोत किंवा सुखद, त्यांची राख झालेली आहे. त्यातल्या काळ्या राखेपासून तर सर्वांनाच मुक्त व्हायचं असतं, मात्र पांढरी राख सर्वांनाच प्रिय असते. पण शुभ्र राखसुद्धा आपलं वर्तमान गढूळ करू शकते. कारण त्यामुळे वर्तमानात आलेल्या सुखामध्ये आपण जुनं सुख शोधू लागतो आणि त्यानुसार मनात तुलनेचे विचार येऊ लागतात. जसं, मागच्या वर्षी दिवाळी जास्त छान झाली होती... मागच्या सुट्टीत जास्त मजा आली होती... लहानपणी काय धमाल असायची... असे विचार येऊ लागताच वर्तमानातल्या सुखाला भूतकाळातल्या सुखद आठवणींचं ग्रहण लागतं आणि वर्तमानातला आनंद आपण पूर्णपणे घेऊ शकत नाही.

भूतकाळाच्या खिडकीसमोर उभं राहताच माणसाच्या मनात अपराधबोध, राग, पश्चात्ताप अशा दु:खद भावना जागृत होतात. या सर्व नकारात्मक भावना म्हणजे काळी

राख. मग राख कोणतीही असो, काळी अथवा पांढरी; राख ही शेवटी राखच असते. त्या राखेत शिल्लक असतात केवळ अस्थी. त्यात ना जीव असतो, ना ऊर्जा, ना चैतन्य. त्याउलट वर्तमान हा जिवंत काळ आहे. तो इथेच आहे, आत्ता आहे आणि चैतन्यानं भारलेला आहे. त्यातच राहायला, त्यातच जगायला शिकूया.

वर्तमानात जगायची सवय लागल्यावर आपली बेहोशी (यांत्रिकी जीवन जगण्याची सवय) नाहीशी होते. म्हणून यांत्रिकी जीवन जगण्याऐवजी नावीन्याचा अनुभव घेत वर्तमानात जगा. या नव्या जीवनात, नावीन्यानं भरलेल्या जीवनात नवे निर्णय, नवीन कला, नवी कार्यं, नव्या सवयी, नवीन दिनचर्या, नवी पुस्तकं, नवे मित्र आणि नव्या विचारांना आमंत्रित करा. कारण तुमच्या जीवनात या सर्व नवीनतेचा प्रवेश होणार आहे, तो वर्तमानाच्या खिडकीतूनच. कारण वर्तमान हेच सत्य असून वर्तमानात निरंतर जागृत राहणं हेच ध्यान आहे.

अध्याय २

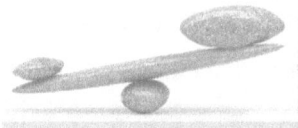

ध्यानाचा खरा अर्थ
आपला गुण ओळखा

१. लक्ष देणं (attention) म्हणजे ध्यान नव्हे.

२. एकाग्रता (concentration) म्हणजे ध्यान नव्हे.

३. मनन (contemplation) म्हणजे ध्यान नव्हे.

४. विधी म्हणजे ध्यान नव्हे.

५. ध्यान आपल्यापासून वेगळं नाही.

'ध्यान' शब्द अध्यात्मातून आला आहे. भारतातील आध्यात्मिक साधकांनी ध्यानाची सखोलता जाणली होती. परंतु आज या शब्दाचा वापर अगदी साधारण गोष्टीसाठी करण्यात येतो. उदाहरणार्थ, 'इकडे ध्यान दे... ध्यान देऊन ऐक... ध्यानात ठेव...' इत्यादी. अशा रीतीने या शब्दाचा वापर केल्यामुळे त्यातील गहन अर्थच कालांतराने लोप पावला. त्यामुळेच आता एकाग्रतेलाच 'ध्यान' मानलं जातं.

ध्यान एक गुण

वास्तविक ध्यान हा त्या साक्षीचा एक गुण आहे, ज्याला लोकांनी ईश्वर, अल्लाह, स्वसाक्षी, सेल्फ, स्वानुभव अशी वेगवेगळी नावं दिली आहेत. ध्यान असा स्रोत (source) आहे, जो गाढ झोपेतदेखील जागृत असतो. बेहोशीतही सजग असतो. म्हणूनच 'रात्री माझी छान झोप झाली' असं आपण सकाळी झोपेतून उठल्यावर म्हणू शकतो.

ध्यान मार्ग आहे, स्वध्यान साध्य आहे

ध्यानाची सुरुवात करण्यासाठी अथवा एकाग्रता वाढवण्यासाठी ज्या विविध विधींची निर्मिती झाली, त्यांना प्रारंभी साधक ध्यान असं म्हणू शकतात. अशाप्रकारचं 'ध्यान' हे 'स्वध्याना'पर्यंत पोहोचण्यासाठीचं पहिल पाऊल आहे. स्वध्यान म्हणजे 'स्व'चं ध्यान, 'स्व'ला जाणणं, जे ध्यानाचं मूळ उद्दिष्ट आहे. केवळ एकाग्रता वाढवणं हे ध्यानाचं लक्ष्य नाही. 'एकाग्रता' ध्यानमार्गातील एक शिडी आहे. ध्यानामुळे एकाग्रता वाढण्यासाठी मदत होते. परंतु कोणी एकाग्रता वाढावी यासाठी ध्यान करत असेल, तर तो त्याचा अगदी छोटा लाभ घेतोय, असं म्हणायला हवं. एखादा मनुष्य आत्मसाक्षात्कार प्राप्त करण्यासाठी ध्यान मार्गाचा अवलंब करतो आणि एकाग्रता वाढताच लगेच खुश होतो. वास्तविक एकाग्रता वाढणं हा ध्यानाद्वारे मिळणाऱ्या अनेक लाभांपैकी एक लाभ आहे. परंतु या लाभालाच लक्ष्य मानण्याची चूक मनुष्याकडून होते.

ध्यानाचा खरा अर्थ

'काहीही न करणं' हा ध्यानाचा सरळ अर्थ आहे. परंतु 'काहीही न करणं'देखील लोकांना कठीण वाटतं. काहीही करायचं नाही! हे कसं शक्य आहे? असं जर कोणी विचारलं तर, 'झोप येण्यासाठी काय करायला हवं, ज्यामुळे झोप लवकर येईल?' असं त्याला विचारायला हवं. पण 'झोप येण्यासाठी काहीही करण्याची गरज नाही, केवळ अंथरुणावर जाऊन पडायचं आहे. उलट झोप आणण्याचा प्रयत्न केला, तर झोप नाहीशी होईल. झोप येण्यासाठी केलेले सर्व प्रयत्न सोडून दिले, तरच सहजतया झोप लागू शकते' हे त्याला सांगावं लागेल. अगदी अशाच प्रकारे ध्यान हीदेखील एक अशी कार्यपद्धती आहे, जिथे काहीही करण्याची गरज नसते, तर केवळ उपस्थित राहण्याची आवश्यकता असते.

ध्यानाला यौगिक अभ्यास असंदेखील म्हटलं जातं. जीवनाच्या प्रत्येक क्षेत्रात ध्यानाचा उपयोग होतो. कोणतंही कार्य असं नाही, ज्यामध्ये ध्यानाचा उपयोग होत नाही. जीवनातील समस्त क्रिया करण्यासाठी ध्यान अनिवार्य आहे. ध्यानाद्वारे शरीराला 'क्रियेचे तरंग' (vibration) मिळतात. या क्रिया आपले डोळे, कान, नाक, जीभ आणि त्वचा या पाच इंद्रियांद्वारे होतात.

आता आपण इंद्रिय म्हणजे काय ते पाहू या. डोळ्याचं बाह्य रूप अथवा आकार

म्हणजे इंद्रिय नव्हे, तर डोळ्यांद्वारे पाहण्याच्या शक्तीला इंद्रिय म्हटलं जातं. इंद्रियं बाहेर पाहतात, तेव्हा ती बाहेरच्या वस्तूंमध्ये एकरूप झालेली असतात. त्यामुळे आपल्या मनाची पूर्ण शक्ती बाह्य विषयांमध्येच नष्ट होते. अशा रीतीने सर्व इंद्रियांचा आपल्या शरीरावर परिणाम होतो. म्हणून इंद्रियांवर आपलं नियंत्रण असणं गरजेचं आहे आणि हे केवळ ध्यानाद्वारेच शक्य होतं.

जी ऊर्जा बाह्य जगात किंवा बाह्य गोष्टींमध्ये खर्च होते, तिचा काही भाग आत वळवून आपल्यासाठी उपयोग करून घेता येतो. ध्यानाच्या साहाय्यने हे साधता येऊ शकतं. मनाला बाह्य विषयांपासून परावृत्त करून आपल्या अंतर्यामी स्थिर करणं म्हणजेच ध्यान.

अध्याय
३

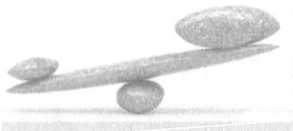

ध्यानात विकासाचा खरा अर्थ

ध्यानातून तुम्हाला नेमकं काय हवंय

ध्यानात सफलतेविषयीच्या धारणा

ध्यानातच विकासाचा खरा अर्थ दडलेला आहे पण लोकांना वाटतं, की ध्यान करताना जर शरीराची जाणीव नाहीशी झाली तरच ध्यान सफल होतं. पण ही केवळ एक मनोकल्पना आहे. ही कल्पना तुमच्या ध्यानात बाधा ठरत असेल, तर ती लगेचच नाहीशी व्हायला हवी.

तुम्ही जेव्हा ध्यानासाठी बसाल, तेव्हा स्वत:ला हे सांगायचं आहे, की यावेळी ध्यानात जर शरीराची जाणीव नाहीशी झाली नाही, तरी चिंता करायची नाही. एकदा स्वत:ला असं समजावताच तुम्ही सहजपणे ध्यान करू शकाल. ध्यानात शरीराची जाणीव नाहीशी झाली नाही तरी काही बिघडत नाही. कारण त्या अवस्थेतही सेल्फ, ईश्वर स्वत:चा अनुभव घेतच असतो. अशा वेळी शरीराचा अनुभव आणि सेल्फचा अनुभव हे दोन्ही बरोबरच सुरू असतात. त्यामुळे माणसाला या दोन्ही गोष्टीतला फरक कळू शकत नाही. कारण याचा त्याला सराव नसतो.

जसं, तुम्हाला जर सांगितलं, 'आता एकाच वेळी दोन गाणी लावली जातील आणि तुम्ही त्यातलं एकच गाणं पूर्णपणे ऐकायचं आहे. त्यात दुसरं गाणं मिसळू द्यायचं नाही.' तर काय होईल? सुरुवातीला असं करणं खूपच कठीण वाटेल. कारण एकाच वेळी दोन गाणी चालू असल्याने दोन्ही गाण्यांकडे तुमचं लक्ष जाईल. पण जर तुम्ही त्यातलं कोणतं तरी एकच गाणं ऐकायचा निश्चय केला आणि मन त्या गाण्यावरच

एकाग्र केलं तर दोन गाणी सुरू असतानाही तुम्ही निवडलेलं गाणं, नीट ऐकू शकाल. सेल्फचा अनुभव आणि शरीराचा अनुभव एकाच वेळी सुरू असतो, तेव्हाही अगदी असंच होतं. त्यावेळीही सेल्फचाच अनुभव घ्यायचा निश्चय करायचा आहे. मन एकाग्र करून सातत्यानं, सहजतेनं केवळ सेल्फचाच अनुभव घ्यायचा प्रयत्न करायचा आहे.

ध्यानात शरीराची जाणीव नाहीशी झाली तर तो बोनस असेल. कारण ते ध्यानाचं उद्दिष्टच नाही. पण होतं काय की लोक त्यालाच जास्त महत्त्व देतात आणि ध्यानाचा मूळ उद्देश विसरतात. खरंतर रोज झोपेतसुद्धा शरीराची जाणीव नाहीशी होत असते. पण उठल्यावर आपल्याला त्याचा आनंद होत नाही. याचा अर्थ, जर समज प्रगल्भ झाली नाही तर शरीराची जाणीव नाहीशी होऊनही त्याचा लाभ मिळत नाही. लोक असे अनेक अनुभव घेत असतात. पण आतून मात्र ते जराही बदलत नाहीत. आधी जसे होते तसेच राहतात. त्यांच्यात काहीच परिवर्तन होत नाही. उलट त्यांचा अहंकार वाढतच जातो. म्हणून शरीराच्या जाणिवेवर नाही, तर ध्यानाच्या मूळ उद्देशाला महत्त्व द्यायला हवं.

ध्यानाकडून योग्य अपेक्षा बाळगा

ध्यान का करायचं आहे? ध्यानात किती खोलवर जायचं आहे? ध्यानातून काय मिळवायचं आहे? यांसारखे प्रश्न ध्यान करण्यापूर्वी स्वत:ला विचारा. कारण ध्यान केल्यानं जीवनाच्या प्रत्येक क्षेत्रात विकास होऊ शकतो.

तुम्हाला जर आत्मशक्ती मिळवायची असेल, तर ध्यानाची मदत होऊ शकते. ध्यानामुळे तुम्ही तुमचे निर्णय योग्य प्रकारे, योग्य वेळी घेऊन ते पूर्णही करू शकता. मात्र विचारांमध्ये गुंतून राहिल्यानं निर्णय घ्यायला विलंब होतो.

विचारांचा गुंता हाच निर्णय घेण्यात मुख्य बाधा असतो. पण ध्यानामुळे नको असलेल्या विचारांपासून मुक्त (detach) राहता येतं. ध्यान तुम्हाला विचारांपासून अलिप्त राहायला शिकवतं. ध्यानात तुम्ही स्वत:च्या विचारांपासून अलिप्त राहून वस्तुस्थिती आणि सूक्ष्म विचारही जाणून घेऊ शकता. त्यामुळे तुमची संवेदनशीलता वाढून विचारांमध्ये न अडकता तुम्ही योग्य प्रकारे निर्णय घेऊ शकता.

ध्यानामुळे शारीरिक लाभही होतात. प्रत्येक डॉक्टर रुग्णाला औषधं देताना औषधं घेण्याबरोबरच आराम करण्याचाही सल्ला देतात. कारण आराम हे प्रत्येक रोगाच्या उपचाराला मदत करणारं औषध आहे. पण आराम करायचा म्हणजे नक्की काय करायचं,

हे कोणालाच माहीत नसतं. आराम हा केवळ शारीरिक नाही, तर मानसिक स्तरावरही करायचा असतो. मनाला असा आराम ध्यानातही मिळू शकतो. म्हणूनच ध्यान सर्व प्रकारचे आजार बरे करायला साहाय्यक ठरतं. ध्यानसाधनेमुळे अस्थमा, उच्च किंवा निम्न रक्तदाब (Blood Pressure), लकवा इत्यादी आजारांमध्ये फायदा झालेला आढळतो.

एकंदरीत ध्यानामुळे माणसाची क्षमता निश्चितच वाढते. याची अनेक कारणं आहेत. शरीर योग्य प्रकारे जितकी जास्त विश्रांती (Relax) घेईल, तितकं अधिक श्रम करण्याची त्याची क्षमता वाढेल. शिवाय ते जितकं जास्त श्रम करेल तितकं जास्त सक्षम होत जाईल. मन शांत असेल, तरच ते सर्जनशील होऊ शकतं. शांत सर्जनशील मनच (Creative Mind) नवनवीन विचार करू शकतं. म्हणूनच ध्यानविधीत मन शिथिल करण्याला इतकं महत्त्व दिलंय. शिवाय शिथिल, शांत मन हे शारीरिक आरोग्य उत्तम राहण्यासाठीही आवश्यक आहे.

ध्यानात चित्त एकाग्र झाल्याने मनुष्य एखाद्या गोष्टीचा सखोलतेने विचार करू शकतो. बाह्य जगातील एखादी वस्तू मिळवायची असेल, तरीही त्यासाठी मनाची एकाग्रता अनिवार्य असते. जसं, अभ्यासासाठीही मनाची एकाग्रता आवश्यक असते. एकाग्रतेमुळे स्मरणशक्ती वाढते, मन भरकटणं कमी होतं. मनाचं भरकटणं म्हणजे मनाचं अनुपस्थित असणं (absent mindedness), अनावश्यक विचार करणं.

एकाग्रतेमुळे सजगता (Awareness) वाढते. बुद्धी कुशाग्र (Sharp brain) होते. त्यामुळे बाह्य जगात यश मिळवणं सहज सुकर होतं. ध्यानामुळे अशा प्रकारचे अनेक लाभ मिळून माणसाची क्षमता वाढू शकते.

क्षमता वाढण्याचं शास्त्रीय कारण : सतत बाह्य जगाचा विचार करून त्यात गुंतून राहणं आणि स्वतःला थकवणं ही मनाची सवयच आहे. ऊर्जा कमी असल्यामुळे ते लवकर थकतं. ध्यानामुळे मनाचं हे थकणं थांबतं. मन हे स्वतःच खूप मोठं आश्चर्य आहे, मोठा चमत्कार आहे. मनाच्या काही विशिष्ट शक्ती असून ध्यान हे त्या शक्ती जागृत करण्याचा मार्ग आहे.

ध्यानाचा मूळ उद्देश आणि त्यातील बाधा

'मी कोण आहे' हे जाणून घेणं हाच ध्यानाचा मूळ उद्देश आहे. जो शरीर, मन

आणि बुद्धी यांच्या पलीकडे आहे, त्याला जाणून घ्यायचं आहे. वास्तविक हा आपल्या असण्याचा, आपल्या अस्तित्वाचा अनुभव (आहाऽऽऽ!) आहे. हीच चेतना (Consciousness) असून 'खरा मी' आहे. हा खरा 'मी' असीम (Unlimited) असून वैयक्तिक अहंकारापलीकडचा (Personal ego) आहे. हा अस्तित्वगत मी आहे. जिथे हा 'मी' आहे, तिथे सर्वजण एक असण्याचा (Oneness) अनुभव येतो.

मानवी जीवनाचा उद्देश आहे, फुलणं, खुलणं आणि खेळणं. म्हणजे तुमच्यात असलेल्या सर्व शक्यता विकसित करणं. हे ध्यानामुळेच शक्य होऊ शकतं. माणसानं त्याच्या पूर्ण शक्यतांसह फुललं पाहिजे, खुललं पाहिजे. तो ज्यावेळी पूर्ण फुलेल, त्यावेळी पृथ्वीवर ईश्वराची जी लीला सुरू आहे, तिचा बोध माणूस त्याच्या क्षमतेनं समजून घेईल. ईश्वरानं जो खेळ मांडलेला आहे तो योग्यप्रकारे खेळेल तेव्हाच त्याचा उद्देश पूर्ण होईल. माणसाचं खुलणं म्हणजे ईश्वराच्या लीलेत आपली भूमिका समजून घेऊन योग्य प्रकारे अभिव्यक्ती करणं. तसं पाहिलं तर पृथ्वीवरचा प्रत्येक जीव याच मार्गानं जातोय. जसं, झाडावरचं प्रत्येक फूल उमलतंय, खुलतंय पण कधी कधी एखादं फूल पूर्ण उमलण्याआधीच खाली पडतं, तर एखादं फूल वाऱ्याच्या झोतानं गळून पडतं. एखादं फूल माणसाकडून तोडलं जातं किंवा कीड लागल्यानं खराब होतं. पण प्रत्येक फूल त्याचा उद्देश पूर्ण करत असतं. फुलाचा उद्देश एकच असतो, तो म्हणजे पूर्णपणे उमलणं आणि वाऱ्याच्या साथीनं आपला सुगंध दूरवर पोहोचवणं.

आपणही आपल्या जीवनाचा फुलण्याचा, उमलण्याचा उद्देश समजून घेऊन तो पूर्ण करण्याचा प्रयत्न केला पाहिजे. त्यासाठी आपण आपल्या आजूबाजूला काय व्यवस्था आहे, हे जाणून घेतलं पाहिजे. पण हा उद्देश माहीत नसल्याने आपण तो पूर्ण करण्यासाठी काही कार्यच करत नाही. तो उद्देश जर माहीत झाला तरच त्यासाठी आपलं ध्यान सुरू होईल. मग आपल्या विकासपथावर येणारी विकासाची एकही संधी आपण दवडणार नाही. पण उद्देशपूर्तीच्या म्हणजेच लक्ष्यप्राप्तीच्या मार्गावर पाच अडथळे येतात- १. अज्ञान, २. बेहोशी, ३. कुसंग (वाईट संगत), ४. याच जन्मी केलेली दुष्कर्मं (चुका), ५. चुकीच्या वृत्ती (टेन्डन्सी).

वृत्ती म्हणजे आपल्या शरीरात सामावलेले कुसंस्कार. यांच्यामुळे माणूस सजग न राहता, बेहोश अवस्थेत काम करत राहतो. उदाहरणार्थ, समोरच्यानं जर आपल्यासाठी काही अपशब्द वापरले, तर आपणही प्रत्युत्तर म्हणून त्याला काहीतरी वाईट बोलतो.

कारण आपल्यात 'जशास तसं' असं प्रोग्रॅमिंग सेट झालेलं असतं. आपल्या नकळत ती आपली वृत्ती बनलेली असते. उद्देशपूर्तीच्या मार्गात जसे अडथळे असतात, तसंच उद्देशपूर्तीसाठी मदत करणारे काही साहाय्यकही असतात.

उद्देशपूर्तीच्या मार्गावर असणारे पाच साहाय्यक- १) 'स्व'चौकशी प्रामाणिकपणे करणं (सेल्फ एन्क्वायरी), २) मनन (कन्टेप्लेशन), ३) विवेक जागृती, ४) सत्याच्या मार्गावर चालणाऱ्यांची संगत, ५) सत्य श्रवण. या पाच गोष्टी उद्देशपूर्तीसाठी साहाय्यक ठरतात. चला, तर मग त्यांची ओळख करून घेऊया.

इतरांच्या बाबतीत जाणून घेण्यासाठी उत्सुक असणं, इतरांची चौकशी करणं हा माणसाचा सहज स्वभाव आहे. पण आता आपल्याला स्वत:ची चौकशी करायची आहे. आपण स्वत:लाच विचारत राहायचं आहे, मी कोण आहे? कोणाला दु:ख झालं? कोणाला आनंद झाला? जे काही घडलं ते कोणाच्या बाबतीत? अशी स्वत:ची चौकशी सातत्यानं केल्याने आपण स्वत:लाच नीट ओळखू लागतो.

आपल्या उद्देशाचं, सातत्यानं मनन करत राहिल्यानं आपल्या मनात दृढ विश्वास निर्माण होतो. मग आपण नि:संकोचपणे आपल्या उद्देशाकडे वाटचाल करू लागतो.

विवेक जागृत होतो तेव्हा आपण सत्य आणि असत्य यांतील फरक अगदी सहजपणे ओळखू शकतो. त्यामुळे उद्देशपूर्तीसाठी योग्य मार्गावरून पुढे जाऊ शकतो.

दृढ विश्वास, जागृत विवेक यांसोबतच सत्यसंघाची, सत्याच्या मार्गावर चालणाऱ्यांची साथ लाभली, तर उद्देशपूर्तीची यात्रा सफल होऊ शकते. कारण सत्यसंघात सगळेच सत्याच्या मार्गावर जात असल्याने त्यांच्या चेतनेचा स्तर उच्च असतो. त्यांच्या संगतीनं आपल्याही चेतनेचा स्तर उंचावू शकतो.

सत्यश्रवण करणं म्हणजे सत्यसंघात असणं, जिथे सदासर्वदा सत्याविषयीच चर्चा होत असते. अशा संघात आपल्याला, 'आपण कोण आहोत' याची जाण येते. यासाठी खरा सत्संग आणि अंतिम सत्संग साहाय्यक ठरतो.

ध्यानाची योग्य दिशा

आपलं ध्यान योग्य दिशेनं होत आहे की नाही, हे जाणून घेण्यासाठी जे लोक सातत्यानं ध्यान करतात, त्यांनी स्वत:चंच परीक्षण करायचं आहे. स्वत:लाच प्रश्न

विचारायचे आहेत, 'ध्यान केल्यानं माझ्यात काय बदल झाला आहे? माझ्या कोणत्या वृत्ती नष्ट होत आहेत? माझे निर्णय अव्यक्तिगत रूपानं घेतले जात आहेत का?' या सर्व प्रश्नांची उत्तरं जर होकारार्थी असतील, तर तुमचं ध्यान योग्य दिशेनं, योग्य प्रकारे होत आहे, गतिमान होत आहे, असा याचा अर्थ होतो.

ध्यानामुळे तुमच्यातील तमोगुण किंवा वृत्ती वाढत असतील, तर मन ज्ञानी युधिष्ठीर झालं आहे, अहंकार वाढतो आहे, हे लक्षात ठेवा. युधिष्ठीर धर्म जाणणारा होता, ज्ञानी होता, पण तरीही अहंकाराच्या प्रभावानं तो साम्राज्य गमावून बसला. मात्र आपल्याला शांतीचं साम्राज्य गमवायचं नाही. म्हणून तुमची जर सुखसुविधांची आवड वाढत असेल, तर शांती तुमच्यापासून दुरावत जाईल. ती प्राप्त करण्यासाठीच तुम्हाला ध्यानाचं प्रशिक्षण घेण्याची गरज आहे, असं समजा.

तुम्ही योग्य दिशेनं चालला आहात की नाही, हे तुमचे निर्णयच सांगत असतात. त्यासाठी प्रामाणिकपणे स्वत:चं परीक्षण करून जाणून घ्या, तुमचे निर्णय व्यक्तिगत आहेत की अव्यक्तिगत? या प्रश्नाचं प्रामाणिक उत्तरच तुम्हाला सांगेल, तुम्ही योग्य दिशेनं चालला आहात की भरकटले जात आहात.

तुमची दिशा योग्य असेल तर तुम्हाला इतरांचे गुण जाणवतील. आपण ज्या गोष्टीवर ध्यान केंद्रित करतो, तसेच घडत जातो, तीच गोष्ट आपल्यामध्ये वाढत जाते. जेव्हा तुम्हाला इतरांचे अवगुण दिसू लागतात, तेव्हा ते तुमच्यातही प्रवेश करू लागतात. पण तुम्ही योग्य प्रकारे, योग्य दिशेनं ध्यान करू लागता, तेव्हा तेच तुम्ही इतरांमध्येही पाहू लागता. त्यासाठी आधी केवळ हे ठरवा, की तुम्हाला स्वत:त काय हवं आहे? गुण की अवगुण?

समजा तुम्ही एखाद्या पार्टीला गेला आहात. तिथे काय दृश्य दिसतं? तर सगळेजण आपापल्या प्लेटमध्ये खाद्यपदार्थ वाढून घेऊन आपल्या जागेवर जाऊन बसतात. तुम्ही त्या पार्टीत जर थोडं उशिरा पोहोचलात, तर मेन्यूमध्ये कोणकोणते पदार्थ आहेत हे तुम्हाला तिथे आधीपासूनच जेवणाचा आनंद घेणाऱ्या लोकांच्या प्लेटकडे बघून लक्षात येतं. अर्थातच, तुम्हाला जे पदार्थ आवडतात आणि जे खावेसे वाटतात, तेच तुमच्या लक्षात राहतील, त्यांच्याकडेच तुमचं लक्ष जाईल. खाण्याच्या बाबतीत जर तुम्ही इतके चोखंदळ आणि कुशल असाल, तर मग गुणांच्या बाबतीतही तितकंच चोखंदळ आणि कुशल व्हायला नको का?

ध्यान आणि धन / ३१

प्रत्येक माणसात काही गुण आणि काही अवगुण असतात. पण आपण मात्र प्रत्येकातील केवळ गुणच पाहायचे आहेत. कारण आपल्याला स्वत:मध्ये गुण हवे आहेत. खाण्याच्या बाबतीत जसं तुमचं उद्दिष्ट अगदी स्पष्ट असतं, तसंच ते गुणांची निवड करतानाही असायला हवं. खरंतर मन स्वच्छ शुद्ध राखणं (Clearing The Mind) हीच ध्यानाची पहिली पायरी आहे. त्यामुळे तुम्हाला जे हवं आहे तिथेच तुमचं ध्यान केंद्रित होतं.

ध्यानात असणारं मौनाचं महत्त्व

मौन म्हणजे वाणी आणि विचार यांच्यापलीकडची अवस्था. मौनातून शब्द निर्माण होतात आणि ते मौनातच विलीन होतात. प्रत्येक शब्दांत आणि विचारांत मौन उपस्थित असतंच. जणू काही मौनरूपी कागदावरच विचारांचे शब्द लिहिले जातात. मौन आपल्याला सेल्फच्या जवळ घेऊन जात असतं. म्हणूनच मौन प्राप्त करणं म्हणजेच स्वत:ला प्राप्त करणं होय. 'स्व'ला प्राप्त करून घेण्यासाठी मौन ही सर्वोत्तम भाषा आहे.

बरेचदा माणूस एकांत मिळवण्यासाठी धडपडत असतो. पण खरंतर एकांत मिळवण्यासाठी बाहेर जावं लागत नाही. कारण एकांत हा आपल्या अंतर्यामीच असतो. हा एकांत मौनात जागृत होतो. म्हणूनच गर्दीत असूनही एकांत अनुभवण्याची कला म्हणजे मौन. दिवसभर धावपळीत, गर्दीत राहूनही जर माणूस त्याच्या मनाची शांती राखू शकत असेल आणि शांत चित्तानं त्याची सर्व कामं करू शकत असेल, तर तो खऱ्या अर्थानं एकांताचा आनंद घेत असतो. त्या उलट व्यावहारिक जगापासून दूर जंगलात असूनही एखाद्या विचारांच्या गुंत्यात गुरफटलेला मनुष्य जंगलात असूनही एकांतवासी होणार नाही. कारण एकटा असूनही एकांताचा अनुभव तो घेऊ शकणार नाही. एकांत मिळवण्यासाठी सगळ्यात महत्त्वाची गोष्ट म्हणजे समज (अंडरस्टँडिंग). समज, सत्याची समज, ही समजच तुम्हाला सहजतेनं एकांतात घेऊन जाते. याशिवाय ध्यानाच्या माध्यमातूनही एकांत लाभतो. एकांतासाठी प्रयत्न करण्याआधी एकांत म्हणजे काय, हे आपण जाणून घ्यायला हवं, तरच आपल्याला काय मिळवायचं आहे हे समजेल. एकांत म्हणजे एकटेपणा नाही तर जिथे एकाचाही अंत होतो. जिथे तू नाही, मी नाही... तू नाही... जिथे एकाचाही अंत होतो तो खरा एकांत.

ध्यानस्थ असताना मनात कोणतेही विचार येऊ नये असं लोकांना वाटतं. केवळ

मौनच असावं. ध्यानात सर्व प्रकारचे विचार येत राहतात. आपल्यात दडलेल्या सर्व प्रकारच्या विचारांना प्रकाशित करून, बाहेर काढून, मुक्त करणं आणि मन शुद्ध, स्वच्छ करणं म्हणजेच ध्यान. आपण विचारात गुंतून राहतो म्हणून आपल्याला विचारांचा त्रास होतो. आपण विचार होऊन राहायचं नाही, तर विचारांकडे अलिप्तपणे बघणारे साक्षी व्हायचं आहे. ध्यानात येणारा प्रत्येक अनुभव जाणायचा आहे. हे जाणणं म्हणजेच आत्मसाक्षात्कार होय.

अध्याय ४

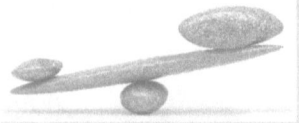

ध्यानाचा मूळ उद्देश
प्रार्थना आणि परिवर्तन

तुमचं लक्ष कुठे आहे? ध्यान, ध्यानावर कधी परतेल? संपूर्ण ध्यान (Complete Meditation) कसं करावं? जेव्हा ध्यान ध्यानावर केंद्रित होईल, तेव्हा तुमचं जीवन कसं असेल? या सर्व प्रश्नांवर मनन करा. तुम्ही जेव्हा स्वत:ला जाणून जीवन जगाल, तेव्हा बाहेरच्या जगातले लोक कसे जगत आहेत, ते कोणत्या गोष्टींना महत्त्व देत आहेत, या गोष्टींचा तुमच्यावर काही परिणाम होणार नाही. ज्याविषयी तुम्ही ठाम आहात, ज्यावर तुमचा विश्वास आहे तेच तुम्ही करत राहाल. कारण तुम्ही स्वत:ला जाणल्याने स्वत:च्या स्वभावधर्मानुसारच जीवन जगाल.

आयुष्यभर ध्यानाचा आनंद घेत राहा

बरेचदा काय होतं, की लोकांना एखादी गोष्ट करावीशी वाटत असते. पण ती आधी इतर कोणीतरी सुरू करावी याची ते वाट पाहत असतात. ध्यानाच्या बाबतीतही असंच आहे. करोडो लोकांना ध्यान करायचं आहे. पण इतर कोणी ते सुरू करत नाही म्हणून तेही वाट पाहत आहेत. आधी कोणी त्याची सुरुवात करत नाहीत म्हणून तेही आपणहून सुरुवात करत नाहीत. पण ही गोष्ट आपल्या लक्षात येत नाही, की ते लोक आपल्यासाठी थांबले आहेत आणि आपण त्यांच्यासाठी! मग आयुष्यात अनेक सुंदर परिवर्तनं घडवणाऱ्या या अतिशय महत्त्वाच्या गोष्टीची सुरुवात आपणच का नाही करायची? ज्यावेळी एखादा दबाव (फोर्स) जाणवतो, तेव्हा माणूस ध्यानाचा आनंद घेऊ शकतो आणि एकदा असा ध्यानानंद मिळताच आयुष्यभर त्याला तो स्वाद घ्यावासा वाटतो.

ध्यानाचा आनंद घ्यायला लागल्यावर तुम्हाला विविध पद्धतींनी समाधीचा अनुभव घ्यावासा वाटू लागतो. जे नियमितपणे ध्यान करतात, त्यांचा विकास होत जातो. काही लोकांची अशी समजूत असते, की ध्यानामध्ये विशिष्ट अनुभव आले तरच ते ध्यान योग्य आणि सफल समजायचं. पण ध्यानात काही विशिष्ट अनुभव येण्याला तितकं महत्त्व नसतं. महत्त्व आहे, ते ध्यानाच्या निमित्तानं मनाला एकाग्र करून सजगता वाढवण्याचं. या सरावामध्ये मनाला एकाग्रतेची, मनन करण्याची आणि प्रार्थनेची सवय जडते. ही सवयच आपलं अंतिम लक्ष्य साध्य करण्यासाठी आवश्यक असते.

प्रार्थनेपूर्वी

साधक नवे असतील तर त्यांना सुरुवातीला एखादी प्रार्थना पाठ करायला सांगितलं जातं. प्रार्थन कशी असावी? तर ती करत असताना आपण हात जोडून एखाद्या मंदिरात बसलो आहोत अशी भावना निर्माण व्हावी. ध्यानाची सखोलता अनुभवण्यासाठी या सर्व गोष्टी आवश्यक आहेत. प्रार्थनेच्या पूर्वीही एक प्रार्थना केली जाते. आपली प्रार्थना परिणामकारक व्हावी यासाठी ही पूर्वप्रार्थना केली जाते. प्रार्थनेपूर्वी केली जाणारी प्रार्थना पुढीलप्रमाणे असावी-

'आता मी जी प्रार्थना करणार आहे त्या प्रार्थनेचा सर्वोच्च सकारात्मक परिणाम माझ्या शरीरावर आणि मनावर होणार आहे.'

ही प्रार्थना म्हणजे प्रार्थनेपूर्वीची तेजप्रार्थना आहे. या तेजप्रार्थनेनं प्रार्थनेची सुरुवात करून मग तुमची मुख्य प्रार्थना करा. आपण अनेक इच्छांशी आसक्त असल्याने ईश्वरानं त्यापासून आपल्याला मुक्ती द्यावी अशी शुभेच्छा बाळगा. यामुळे तुम्ही एका अशा अवस्थेत पोहोचता जिथे अहंकार नष्ट होतो, प्रज्ञा जागृत होते. 'जिथे अनुभवकर्ता, अनुभवात राहूनच अनुभव घेणाऱ्याचा अनुभव घेत असतो.' अशा अवस्थेमध्ये उरतं ते केवळ ध्यान; ध्यान करणाऱ्याचं अस्तित्व ध्यानामध्ये विलीन झालेलं असतं. जो म्हणतो, 'मी ध्यान करणार आहे', प्रत्यक्षात ज्यानं ध्यान सुरू केलेलं असतं, तोच आता ध्यानात विलीन झालेला असतो. ध्यानाचा हा असा प्रवास आहे, जिथे स्वत:ला हरवून आपला अहंकार गमावण्यातच खरा आनंद आहे.

आतापर्यंत तुम्ही तुमचा अहंकार सांभाळूनच आनंद मिळवला होता. पण ध्यानावस्थेत अहंकार गमावून मिळणारा आनंद हा अनेक पटींनी जास्त असतो. अहंकारानं

मिळवलेला आनंद हा महाध्यानाच्या आनंदापुढे काहीच नसतो. पण जोपर्यंत मनुष्य या आनंदाचा अनुभव घेण्याचा प्रयत्नच करत नाही, तोपर्यंत तो अहंकारानेच आनंद मिळवत राहतो आणि तेजानंदाला पारखा राहतो.

मूळ लक्ष्य

अहंकाराची इच्छा असते, जेव्हा स्वानुभव होईल, आत्मसाक्षात्कार होईल, ईश्वराचं दर्शन होईल, त्या वेळी तिथे मी उपस्थित असायला हवं. पण त्याला हे माहीत नसतं, जर अनुभवाच्या वेळी तो तिथे उपस्थित राहिला तर अनुभव (दर्शन) होणारच नाही. वास्तव हे आहे, की त्याच्या अनुपस्थितीतच दर्शन होतं. अनुभव किंवा अहंकार यांपैकी तेथे एकच उपस्थित असू शकतो. एका म्यानात दोन तलवारी कशा राहू शकतील? अरुंद गल्लीतून एकावेळी दोन व्यक्ती जाऊ शकत नाहीत. त्याचप्रमाणे खऱ्या प्रेमाचा (तेज प्रेमाचा) रस्ता इतका अरुंद असतो, की त्यावरून एकावेळी एकचजण जाऊ शकतो. ही गोष्ट जेव्हा तुमच्या लक्षात येते, तेव्हा तुम्ही तुमचा अहंकार समर्पित करून समाधिअवस्थेपर्यंत पोहोचू शकता.

या अवस्थेला कोणी समाधी अवस्था म्हणतं तर कोणी दिव्य भक्तीची अवस्था. हे सगळे शब्द केवळ ईश्वराप्रत नेण्यासाठी योजलेले आहेत. प्रत्येक विधीचा, पद्धतीचा एक विशिष्ट लाभ असतो. यातली प्रत्येक पद्धत ही तुम्हाला पुढे घेऊन जाणारा मार्गच असते. त्यातल्या ध्यानपद्धतीमुळे माणसाला अन्य काही लाभही होत असतात, ज्यांना पारितोषिक म्हणजेच बोनस असंही म्हटलं जातं. ध्यानामुळे एकाग्रता वाढते आणि एकाग्रता वाढल्याने अनेक कामं आधीपेक्षा चांगल्या पद्धतीनं होऊ लागतात. ध्यानानं शरीर आणि मनाचं संतुलन साधलं जातं. संतुलन साधण्याची सवय झाल्यामुळे मनुष्याचं शरीर उच्च अभिव्यक्तीसाठी एक माध्यम म्हणून तयार होतं. पण या लाभांतच गुंतून राहणं हे तुमचं मूळ लक्ष्य नाही. तुम्ही तुमच्या मूळ लक्ष्यावर ध्यान केंद्रित करायचं आहे. यालाच मूळ लक्ष्य म्हणजे स्वध्यान, स्वसाक्षी, ध्यानाचं ध्यान, स्वानुभव किंवा संपूर्ण स्वयंबोध असं म्हटलं जातं.

प्रत्येक पाऊल हे संपूर्ण ध्यानाच्या दिशेनं टाका

ज्या लोकांचा चेतना स्तर निम्न आहे, त्यांचा स्तर उंचावण्यासाठी त्यांना मदत करावी लागते. खोल विहिरीत अडकलेल्या लोकांना वर काढण्यासाठी समजेची, ज्ञानाची

शिडी सोडली जाते. ती पकडण्यासाठी विहिरीत अडकलेला माणूस मान उंचावतो आणि शिडी पकडतो. म्हणजेच त्याची चेतना उंचावते. शिडी सोडली गेली नाही तर त्याची मान, त्याची चेतना कधीच उंचावली जाणार नाही. उंचावलेल्या चेतनेला वर खेचून घेण्यासाठी ज्ञानरूपी शिडी सोडून अज्ञानाच्या खोल विहिरीत अडकलेल्या माणसाला तेथून बाहेर काढण्यासाठी तेजप्रकाशात आणलं जातं. पण विहिरीतला माणूस जर मदतीसाठी सोडलेल्या शिडीलाच साप समजत असेल, तर तो त्या विहिरीतून कधीच बाहेर पडू शकणार नाही. तुम्ही जेव्हा शिडीला साप समजण्याची चूक न करता, विश्वासानं शिडीवर पाऊल ठेवाल, तेव्हा बाहेरच्या सर्वच गोष्टी तुमच्या मदतीसाठी सज्ज झालेल्या असतील. मग विहिरीबाहेरचा सापसुद्धा तुमच्यासाठी शिडी बनेल आणि तोही तुम्हाला बाहेर यायला मदत करेल. अन्यथा तुम्ही शिडीलाच साप समजून स्वत:चा विकास नाकारत राहाल. तुम्हाला जर सत्याची खरी ओळख पटली, तरच तुम्ही प्रत्येक गोष्टीचा पूर्णपणे लाभ घेऊ शकाल. समस्येतूनही शक्ती मिळवून सापालाही शिडी बनवण्याची कला साधू शकाल. अशा प्रकारे एक-एक पायरी पुढे जात तुम्ही संपूर्ण ध्यान करायला सुरुवात कराल. आतापर्यंत जीवनानुभवाचे जे तुकडे आसपास विखरून पडले होते, ते आता एक-एक करत जोडू शकाल. शिवाय ध्यानाचं कार्यही पूर्णत्वाला नेऊ शकाल. पण त्या आधी ध्यान म्हणजे काय, हे तर समजून घ्यायला नको का? ध्यानसाधना समजून उमजून केली तरच तिचा पूर्ण लाभ मिळेल.

ध्यान केल्यानं होणारं परिवर्तन

ध्यानाची संपत्ती लाभताच मनुष्य जणू चुंबकाचंच रूप धारण करतो. कोणतं चुंबक? तर ते सकारात्मकतेला आकर्षित करणारं! ध्यानसिद्ध माणूस त्याच्या चुंबकीय शक्तीनं सकारात्मक गोष्टी स्वत:कडे आकर्षित करत असतो. त्याउलट नकारात्मक विचारांत अडकलेला माणूस पितळ होऊन राहतो. तो सकारात्मक गोष्टींना दूर लोटतो आणि दु:ख, पीडा, समस्याच स्वत:कडे आकर्षित करतो.

ध्यानामुळे माणूस सजग होतो. ध्यानाच्या दिव्य प्रकाशानं त्याच्या मनातला अज्ञानरूपी अंधकार दूर होतो आणि त्याने कल्पनाही केलेली नसते, अशी अनेक रहस्यं त्याच्यासमोर प्रकाशित होतात. उदाहरणार्थ, माझ्या आत काय चाललं आहे... माझ्या मनात कोणकोणते विचार येत आहेत... मी नेमकं काय करतोय... अमुक एक व्यक्ती माझ्याकडे लक्ष देत नाही... माझा आदर राखत नाही... पक्षपात करते... इत्यादी.

अशा प्रकारे अज्ञानी माणूस कल्पनेच्या जगात वावरत असतो. आपल्या मनोकल्पनेनं अनेक चित्र रंगवत असतो. आपण कोणते विचार करत आहोत, हे त्यावेळी त्याच्या लक्षात येत नाही.

ध्यानामध्ये आपण काय विचार करतो आणि कशा प्रकारची चित्रं रंगवतो, हे जाणून तो स्वत:लाच सांगू शकतो. सतत कलकल करणाऱ्या त्याच्या मनाला तो असं सांगू शकतो, 'हे मना, आता शांत राहा. तुला पूर्ण सत्य माहीत नसल्याने कल्पनेच्या जगात विहार करणं आणि भलती चित्रं रंगवणं थांबव.' तुम्ही जर तुमच्या मनाला निश्चयानं असं सांगू शकलात, तर तुमचं मन शांत राहील आणि तुमचं जीवन खऱ्या अर्थानं आनंदी होईल.

ध्यानावस्थेमुळे विचारांची गुंतागुंत सुटू लागते. कारण त्या अवस्थेत आपण सजग झालेलो असतो. हीच बाब आपण कथेच्या माध्यमातून समजून घेऊया-

एकदा एक माणूस त्याच्या काही उपचारांसाठी इस्पितळात दाखल झाला होता. त्याला हृदयविकार होता, यकृताचे आणि पोटाचेही विकार होते. एकूण विविध प्रकारच्या बारा विकारांनी तो त्रस्त होता. आतापर्यंतच्या उपचारांनी त्याचे दोन विकार बरे झाले होते. आता उरलेल्या विकारांवर उपचार सुरू होते. विकारांच्या लांबलचक यादीत ब्रेन ट्यूमरही होता, ज्याची शस्त्रक्रिया होणार होती.

शस्त्रक्रियेसाठी त्या माणसाला बेशुद्ध करण्याचं इंजेक्शन दिलं जाताच, तो ऑपरेशन टेबलवर स्वप्नांच्या जगात हरवून गेला. पण अचानक इंजेक्शनचा प्रभाव कमी झाला, तसा तो स्वप्नांच्या जगातून बाहेर आला आणि जोरजोरात हसू लागला. त्याच्याजवळ उभ्या असलेल्या पत्नीनं विचारलं, 'अहो, काय झालं? तुम्ही असे हसताय का?' तेव्हा त्यानं बायकोला उत्तर दिलं, 'अगं मला एक स्वप्न पडलं. त्या स्वप्नात मी खूपच दु:खी होतो. कारण मला बारा विकार झाले होते. त्यातले दोन विकार तर आधीच बरे झाले होते. पण मला बाकीच्याच विकारांची चिंता लागून राहिली होती आणि मी शुद्धीत आलो तसं माझ्या लक्षात आलं, 'अरेच्चा! मला तर फक्त एकच विकार होता!' याचाच अर्थ, स्वप्नातले ते दहा विकार आपोआपच बरे झाले आहेत. कारण आता मीच त्या स्वप्नातून बाहेर आलो आहे. मी पूर्णपणे जागा झालोय. त्या दहा विकारांतून बाहेर येण्यासाठी आता मला कोणत्याही ऑपरेशनची गरज नाही.'

कथेतल्या माणसाला अचानक जाग यावी असं त्याच्या बाबतीत नेमकं काय झालं असावं? अज्ञानामुळे स्वत:च रंगवलेल्या चित्रात हरवून गेल्याचा हा परिणाम आहे. आपण स्वत:च निर्माण केलेल्या कल्पनांमुळे चुकीच्या धारणेत अडकून बेहोशीत दु:खी आयुष्य व्यतीत करतो. यातून सुटका हवी असेल, तर जागृती हाच यावरील एकमेव उपाय आहे. तुम्ही जेव्हा तुमच्या स्वप्नातून बाहेर याल म्हणजेच स्वत:चं खरं स्वरूप जाणून घ्याल, तेव्हा तुम्हाला काय वाटेल? तुमची भावना काय असेल? मग तुमच्या तोंडून आश्चर्यकारकरीत्या, आनंदी उद्गार उमटेल, 'आहा! हाच तर युरेका इफेक्ट!'

ध्यानाची एक-एक पायरी पार करत तुम्ही जेव्हा ध्यानाची खोली गाठाल, तेव्हा तुम्हाला तुमच्या अस्तित्वाचा अनुभव येत राहील. 'मी कोण आहे', याचा बोध होईल. वारंवार स्वत:ला हा प्रश्न विचारल्याने प्रत्येक घटनेच्या, प्रत्येक विचाराच्या आधी तुमच्या मनात हाच प्रश्न येत राहील आणि तुम्ही सजग व्हाल. मग तुमच्याकडून कोणतंही कार्य बेसावधपणे न होता जागृतपणेच होईल.

जसं, तुम्हाला कधी भीती वाटत असेल, तर तुम्ही स्वत:लाच विचाराल, 'कोणाला भीती वाटतेय?' उत्तर येईल, 'मला.' मग तुम्ही पुन्हा विचाराल, 'हा मला कोण आहे? मी कोण आहे?' भीती वाटणाऱ्या 'मला'पासून तुम्ही स्वत:ला अलिप्त, वेगळं करून भीतीपासून मुक्त व्हाल. अशाप्रकारे प्रत्येक भावनेसाठी मनात प्रश्न येत राहतील आणि मग हळूहळू दु:ख, भीती, पीडा अशा समस्यांपासून तुम्ही मुक्त होत जाल. अशाप्रकारे ध्यानामुळे आश्चर्यकारक तेजलाभ मिळू लागतील. म्हणून हे लाभ समजून घेऊन त्यांना आपल्या जीवनाचे अविभाज्य अंग बनवायला हवं. हेच आपल्या उत्तम जीवनासाठी योग्य पाऊल ठरेल.

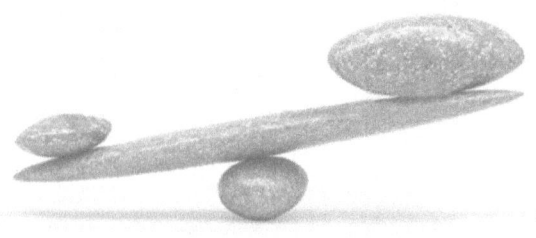

खंड २
सांसारिक जीवनात ध्यानाचं महत्त्व

अध्याय ५

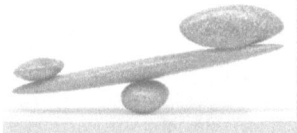

मायेचा तीर, ध्यानाची ढाल

सजगता वाढवा, सक्षम व्हा

माणूस जगत असतो तो मायेच्या जगात. या मायावी जगात लालसा, भीती, वासना, मोह, तिरस्कार अशा विविध विकारांचे तीर कधी कुठून येतील आणि आपल्याला घायाळ करतील, ते सांगता येत नाही. खाली दिलेल्या गोष्टीतून हे सत्य तुम्हाला जास्त चांगल्या प्रकारे समजू शकेल आणि सजग होऊन त्यावर मननही करता येईल.

एक गाव असतं. तिथे कधीही काहीही होत असतं. कुणी त्या गावात गेलं आणि इकडे तिकडे फिरायला लागलं, तर कधी कुठून एखादा तीर येईल आणि जायबंदी करेल हे कळायचंच नाही. कधी कुठल्या कोपऱ्यातून एखादा दगड येऊन कपाळमोक्ष करेल किंवा कोणीतरी येऊन पटकन डोळ्यांत धूळफेक करेल ते सांगता येत नसे. या गोष्टी इतक्या अचानक होत असत, की त्यांच्यापासून वाचण्याचा प्रयत्नच करता येत नसे.

तुम्हाला त्या गावात एका महत्त्वाच्या कामासाठी जायचं आहे असं जर सांगितलं, तर तुम्ही तिथे जाल का? पण महत्त्वाचं काम असेल, तर जावंच लागेल. अशावेळी तिथे जाताना काय काळजी घ्याल?

त्या गावात प्रवेश करण्यापूर्वी गावाच्या वेशीवर तुमची मुलाखत घेतली जाणार आहे. तुम्ही त्या गावात जाण्यासाठी पात्र आहात की नाही, हे पाहण्यासाठी ती मुलाखत असणार आहे. आता तुम्ही म्हणाल, त्यात काय विशेष? आम्ही तर आतापर्यंत विविध कारणांनी कितीतरी गावात गेलो आहोत. ज्या कामासाठी गेलो होतो ती करून सुखरूपही

परतलो आहोत. मग आता याही गावात जाऊन जे काम असेल, ते पूर्ण करून येऊ. पण जो माणूस वेशीवर तुमची मुलाखत घेणार आहे, त्याला त्या गावात होणाऱ्या हल्ल्यांची सर्व माहिती आहे. म्हणूनच त्या माणसाला तुमची परीक्षा घ्यायची आहे. तुम्ही त्या गावातल्या हल्ल्यांपासून वाचू शकाल, की जखमी होऊन परत जाल, हे त्याला जाणून घ्यायचं आहे. कारण त्या गावात जाताना लोक स्वच्छ कपडे घालून जात असत. पण गावातून परतताना मात्र गावातल्या छुप्या हल्ल्यांमुळे ते घायाळ झालेले असत. त्यांचे कपडे मळलेले, फाटलेले असत. तुम्ही जेव्हा त्या गावाच्या वेशीवर पोहोचता तेव्हा तुम्हीही स्वच्छ, नीटनेटके असाल. पण तिथे तुमची मुलाखत घ्यायला थांबलेल्या माणसाला, गाव सोडताना तुमची हालत काय होणार आहे याची आधीच कल्पना असते. म्हणूनच गावातले हल्ले परतवण्याची शक्ती तुमच्यात आहे की नाही, हे त्याला पडताळून पाहायचं असतं.

तीर लागण्यापूर्वी ध्यानावर लक्ष हवं

मायेचं जग हे असंच असतं. तिथे तुमच्यावर कधी, कुठून आणि कशा प्रकारे हल्ला होईल हे कळतही नाही. कारण तुम्हाला त्या गावाची फारशी माहिती नसते. कारण तुम्ही तुमच्या ध्यानाकडे कधी लक्षच दिलेलं नसतं. त्या गावात फिरताना कुठून एखादा तीर तुमच्या दिशेनं आला तर तत्काळ सावध कसं व्हायचं, आणि तो तीर तुमचा वेध घेण्यापूर्वीच त्याच्यापासून वाचण्यासाठी काय करायचं, याकडे तुम्ही कधी ध्यान दिलेलं नसतं. धनुष्यातून तीर सुटतो तेव्हा एक विशिष्ट आवाज होतो. तो आवाज तुम्हाला ओळखता येतो का? तुमचं ध्यान जर तुमच्या ध्यानावर केंद्रित असेल, तरच तुम्हाला तीर सुटल्याचा आवाज ओळखता येईल. तीर जेव्हा तुम्हाला घायाळ करतो, तेव्हाच तुम्हाला जाणवतं, की आपण थोडे सावध राहिलो असतो, तर त्या तीरापासून नक्कीच वाचू शकलो असतो. पण कसा असतो हा तीर? इथे हा तीर म्हणजे एखाद्यानं तुम्हाला टोचून बोललेल्या वाईट शब्दांचं प्रतीक आहे.

असं म्हणतात, की शब्द जपून वापरावेत. कारण शब्द हे तीरासारखे असतात. एकदा सुटले की परत घेता येत नाहीत. शब्दरूपी तीर जरी परत घेता येत नसले, तरी या तीरापासून नक्कीच बचाव करता येतो.

एखाद्यानं तुम्हाला उद्देशून काही वाईट शब्द बोलले आणि त्याला प्रत्युत्तर म्हणून

तुम्हीही त्याला तसाच प्रतिसाद दिला तर याचाच अर्थ, तुम्हाला तीर लागल्याने तुम्ही शब्दघायाळ झाला आहात. तुम्ही जर सजग राहिला असता, तर तुमच्या दिशेनं सुटलेला तीर वेळीच ओळखून त्यापासून स्वत:ला वाचवू शकला असता. त्यासाठी आपलं ध्यान कुठे आहे आणि ते कुठे असायला हवं, याविषयी तुम्ही सतर्क असायला हवं, ध्यानाचं प्रशिक्षण घ्यायला हवं.

सजगतेने ध्यान, ध्यानावर राहतं

ध्यानाद्वारे आपली सजगता वाढते. ध्यान आपल्याला संवेदनशील बनवतं. आपल्याला जर दु:खाचा विचार येत असेल, तर मायेचा तीर आपल्याकडे येत आहे, हे लक्षात ठेवा. त्याचवेळी जर आपण सजग झाला, तर त्या तीरापासून आपण वाचतो. अन्यथा दु:खाचा तीर खोलवर जखम करून जातो.

समजा, एखाद्याने आपल्याला शिवी दिली आणि त्याची प्रतिक्रिया म्हणून आपणही त्याला शिवी दिली तर मायेचा तीर आपल्याला टोचून आपण जखमी झालो आहोत, हे समजावं. कारण लोकांना नंतर लक्षात येतं, ‘अरे, मला तर यावेळी सजग राहायला हवं होतं.’

मायेच्या दुनियेत असे तीर आहेत ज्यायोगे मनुष्य आंतरिक दृष्ट्या जखमी होतो. त्यासाठी अवश्यक आहे केवळ ध्यानाचं प्रशिक्षण. ज्यानं ध्यानाचं प्रशिक्षण घेतलेलं नसेल, ज्याला योग्य वेळी, योग्य गोष्टीकडे ध्यान देता येत नसेल, त्यानं गोष्टीतल्या त्या गावात, मायाजगतात जाऊच नये. त्या गावी जायचं असेल, तर पहिली अट पूर्ण करायला हवी. ती म्हणजे सतत सजग राहायचं.

ध्यान असा तीर आहे जो प्रत्येक दिशेनं जातो

जो माणूस जाणकार असेल, तो कोणत्याही नव्या ठिकाणी जाताना तेथील माहिती घेऊन मगच तिथे जाईल. त्या ठिकाणी खाण्यापिण्याची व्यवस्था कशी आहे, वाहन व्यवस्था कशी आहे, तिथे कोणत्या गोष्टी पाहिल्या पाहिजेत, कोणत्या गोष्टी टाळल्या पाहिजेत, कोणत्या गोष्टींकडे लक्ष दिलं पाहिजे, या सर्व बाबींची माहिती घेऊनच तिथे जाईल. मायेच्या जगात वावरतानाही आपण हीच खबरदारी घ्यायची आहे. मायेच्या जगात वावरताना स्वत:ला सुरक्षित कसं ठेवायचं, हे शिकून मगच तिथे जायचं आहे.

त्यासाठी सजग राहायचं आहे. आसपास घडणाऱ्या घटनांतील आभास आणि सत्य यांतला फरक ओळखायला शिकायचं आहे. विकारांचे तीर कधी आणि कुठून सुटू शकतात, याचा अंदाज घ्यायचा आहे आणि क्षमेची ढाल वापरून वेळीच त्यांच्यापासून स्वत:ला वाचवायचं आहे. वाटेत कितीही सुंदर आकर्षक वळणं लागली, तरी तिकडे न वळता आपली उद्दिष्टपूर्ती करायची आहे. त्यावेळी स्वत:ला भरकटू द्यायचं नाही.

अध्याय ६

ध्यानाला दिशा द्या
सर्वोच्च बिंदूवर ध्यानाचं स्थान

तुम्ही कुणाला विचारलं, की ध्यान का करायचं असतं? तर तुम्हाला वेगवेगळी उत्तरं मिळतील. त्यातलं एक उत्तर समान असेल ते म्हणजे, 'एकाग्रता साधण्यासाठी.' ध्यान करण्याचा खरा उद्देशच माहीत नसेल, तर लोक एकाग्रतेलाच ध्यान समजतात. मग एकाग्रता साधण्यासाठी काहीतरी करत राहून त्यालाच ध्यान समजतात. ध्यानाचा खरा अर्थच त्यांना कळलेला नसतो. यासाठीच ध्यान कसं करावं आणि कधी करावं, याविषयी माणसानं योग्य प्रशिक्षण घ्यायला हवं. जेणेकरून वेळेनुसार प्राप्त असलेली अवस्था आणि व्यवस्था यांचा विचार साधून तो आपोआपच अशा ठिकाणी पोहोचेल जिथे त्याची उपस्थिती आवश्यक असेल. तो त्याच्या लक्ष्याच्या दिशेनं सहज प्रवास करू शकेल. अन्यथा माणूस शरीरानं एका जागी असतो, तर त्याचं मन दुसरीकडेच भटकत असतं. मुलं अभ्यास करत असताना विचार करत असतात, सुट्टी लागल्यावर काय करायचं? ऑफिसमध्ये काम करत असताना घरचा विचार चालू असतो. घरी असताना डोक्यात ऑफिसच्या कामाचा ताण असतो. रस्त्यावर गाडी चालवताना आजुबाजूच्या दुकानातील वस्तूंकडे लक्ष जातं. अशाप्रकारे मनुष्याला एक काम करत असताना दुसराच विचार सतावत असतो. शरीर एकीकडे तर ध्यान दुसरीकडे अशी त्याची कसरत चालू असते. ही कसरत थांबवण्यासाठी काय करायचं?

आपलं मन कुठे कुठे गुंतून राहतं, याकडे ध्यान द्या

ध्यानावर ध्यान परत आणण्यापूर्वी ते कुठे गुंतलं आहे, हे आधी पाहायला हवं.

ध्यानाबरोबर तुम्ही खेचलं जायचं नाही, तर तुमच्या आज्ञेप्रमाणे ध्यान लागलं पाहिजे. तुमच्या ध्यानानं तुमच्या नकळत भटकू नये. ते कुठे जातंय, कुठे अडकून राहतंय, हे तुमच्या लक्षात आलं पाहिजे. अन्यथा रस्त्यानं जाताना चित्रपटाचं पोस्टर दिसताच ध्यान तिथे लागून राहील. एखाद्या हॉटेलवरून जाताना तिथून आलेल्या खमंग वासामध्ये अडकून राहील. एखाद्या दुकानात आकर्षित करणाऱ्या पोशाखात गुरफटून जाईल. अशाप्रकारे तुकड्या-तुकड्यात ध्यान विखुरलं जाईल, इकडून तिकडे भटकत राहील आणि त्याच्याबरोबर तुम्हालाही भटकवत राहील. मिठाई पाहिल्यावर मनात लालसा येईल. कचऱ्याचा ढीग दिसल्यावर घृणा येईल. नको असलेले असंख्य विचार आणि विकार मनात येत राहतील. ध्यान भटकणं आणि त्याच्याबरोबर आपण फरफटणं थांबवायचं असेल, तर सतत स्वत:ची चौकशी करत राहा. स्वत:ला विचारा, 'आता ध्यान कुठे आहे?' अशाप्रकारे ध्यानावरच ध्यान केंद्रित करा. ते कुठे कुठे जातं, कुठे अडकतं, याकडे बारकाईनं लक्ष ठेवा. ते जर नको त्या ठिकाणी गुंतलेलं दिसलं तर आपणच त्याला परत मागे बोलवा. तेव्हाच त्याचं भटकणं थांबून, त्याला योग्य दिशा देता येईल आणि आपल्याला हवं तिथे त्याला नेता येईल.

आतापर्यंत ध्यान म्हणजे काय आणि ध्यान करणं म्हणजे काय, याचा खरा अर्थ तुम्हाला माहीत नव्हता. पण आता तो कळला आहे. तेव्हा आता लक्षपूर्वक ध्यान करायचं आहे.

खरंतर लहानपणापासूनच प्रत्येकाला ध्यानाचं प्रशिक्षण दिलेलं असतं. पण हे प्रशिक्षण देणारे अतेज ध्यानी असतात. अतेज ध्यानी म्हणजे ज्यांनी ध्यानाचं तेज, सत्य जाणलेलं नसतं. बरेचदा प्रशिक्षण घेणारा आणि देणारा यांच्या नकळत हे घडत असतं. उदाहरणार्थ, आईवडीलच जर मुलांच्या देखत अन्नाला नावं ठेवत असतील, एखाद्याबद्दल वाईट-साईट बोलत असतील, वाहतुकीचे नियम पाळत नसतील, स्वच्छता राखत नसतील, तर ते पाहून मुलंही तसंच वागू लागतात. मग मुलांच्या विचारांवर, वाणीवर, भावनांवर आणि व्यवहारावर तोच प्रभाव दिसू लागतो. एवढंच काय पण मोठं झाल्यावरही कोणी असा विचार करत नाही, 'माझं वागणं असं का झालं असेल?'

बरेचदा आपल्या आवडीनिवडींवरही इतरांचा प्रभाव असतो. आपल्याला वाटत असतं, आपण आपल्या आवडीचे कपडे घालतो आहोत. पण त्या कपड्यांची फॅशन बदलताच तुमचे जुन्या फॅशनचे कपडे तुम्हाला आवडेनासे होतात आणि तुम्ही नकळतपणे

नव्या फॅशनचे कपडे वापरू लागता. एखाद्या समारंभाला जातानासुद्धा तिथे योग्य वाटतील असेच कपडे तुम्ही वापरता, त्याप्रमाणेच वागता. माणसाला वाटत असतं, तो त्याच्या मर्जीनुसार जगतोय मात्र तो समाजाच्या आवडीनुसार व्यवहार करत असतो.

आपल्या आसपासचे लोक जे करतात, त्याचंच अनुकरण आपण करत असतो, त्यांच्यासारखंच वागत असतो. आज तरुणांमध्ये शरीरसंपदा कमावण्याची आणि त्याचं प्रदर्शन करण्याची फॅशन आहे. त्यामुळे बरेच तरुण जिममध्ये जाऊन घाम गाळत असतात. शरीरसंपदा निश्चितच जोपासायला हवी पण त्यामागे आपला स्वत:चा काही विचार असणं आवश्यक आहे. आपला विवेक जागृत करून त्यानुसार आपण व्यवहार करायचा आहे. लोक ध्यान करत असतील किंवा नसतील, पण आपण मात्र नियमितपणे ध्यानाचा अभ्यास करायचा आहे. शिवाय केवळ शरीराचाच नाही, तर मनाचाही व्यायाम करायचा आहे.

ध्यानाचा सर्वोच्च बिंदू

ध्यान जेव्हा योग्य प्रकारे केलं जातं, तेव्हा माणूस शरीरापलीकडचा अनुभव घेत असतो. तो शरीरापासून अलिप्त होऊन स्वत:ला जाणून घ्यायचा प्रयत्न करत असतो. अशा वेळी त्याला त्याचं अस्तित्व हे एखाद्या खोल समुद्रासारखं भासत असतं. जणू त्याला समुद्राच्या असीमतेचाच अनुभव मिळत असतो. कारण त्यावेळी त्याला शारीरिक सीमारेखा जाणवत नाहीत. तसंच शरीराचं अस्तित्वही जाणवत नाही. त्याला हलकं हलकं वाटतं. जणू काही आपलं शरीर अदृश्यच झालं आहे असं त्याला वाटतं. मग मन म्हणतं, 'खरंच शरीर अदृश्य झालं आहे का? हा खरंच समुद्राप्रमाणे गहिरा अनुभव आहे का?' मन जागं होताच शरीराची आकृती जाणवायला लागते. मग असीमतेचा अनुभव हरवतो आणि तुम्ही पुन्हा शारीरिक स्तरावर येता. म्हणून ध्यानात असीमतेचा अनुभव येऊ लागताच मनात कोणतीही शंका येऊ न देता त्या अनुभवातच राहायचा प्रयत्न करायचा आहे.

समुद्रात लाटा उठू लागताच तो स्वत:पासून वेगळं होत असतो. जणू काही तो स्वत:च, स्वत:पासून दूर जाऊन स्वत:लाच बघण्याचा प्रयत्न करत असतो. पण समुद्र शांत असतो तेव्हा जणू त्याला स्वत:च्या अस्तित्वाची जाणीवच नसते.

समुद्राच्या उदाहरणाचा विचार वेगळ्या दृष्टिकोनातून केला, तर असं लक्षात

येईल, ईश्वराला स्वत:चा अनुभव घेण्यासाठी मानवाची गरज असते. मात्र याच गोष्टीकडे दुसऱ्या दृष्टिकोनातून पाहिलं तर ईश्वरच स्वत:चा अनुभव घेतोय, असं लक्षात येईल. त्यानं निर्मिलेली व्यक्ती (नकली अहंकार) आजपर्यंत कोणताही अनुभव घेऊ शकलेली नाही, हे वास्तव आहे. सर्व गोष्टी आपल्याच दृष्टिकोनावर अवलंबून असतात. तुम्ही जेव्हा सेंस ऑफ प्रेझेंस किंवा 'मी आहे' या स्वत:च्या अस्तित्वाच्या भावनेत असता, तेव्हा तिथे 'मी शरीर आहे' ही भावना नसते. तिथे असतो केवळ स्वानुभव. शरीर तर केवळ स्वत:चा अनुभव घेण्याचं माध्यम आहे, ही भावना दृढ असते.

माणसात 'मी शरीर आहे' ही भावना अतिशय खोलवर रुजलेली असते. त्यामुळे तो नेहमीच शरीराला प्राधान्य देतो आणि स्वानुभवाला दुय्यम स्थान. त्याला जेव्हा स्वत:ला जाणून घेण्याची आवश्यकता जाणवते, तेव्हाच तो शरीरापासून अलिप्त राहून स्वानुभवाला प्राधान्य देऊ लागतो.

अध्याय ७

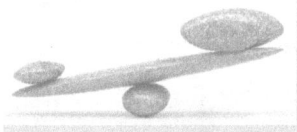

ध्यानाकडून स्वध्यानाकडे
विवेक आणि आत्मसन्मान जागृत करा

ध्यानामुळे जर तुमचा विवेक जागृत होत नसेल, तर ते ध्यान व्यवधान होतं. व्यवधान म्हणजे अडथळा. अनेक लोक ज्याला ध्यान समजत असतात ते खरंतर त्यांच्यासाठी व्यवधान ठरत असतं. जेव्हा ध्यानाचा खरा उद्देश, खरा अर्थच हरवून जातो, तेव्हा त्याला ध्यान कसं म्हणायचं? त्यासाठी एक नवा शब्द द्यावा लागतो. मग तेथे व्यवधान हा शब्दच योग्य ठरतो. ध्यान करणारे लोक फारच कमी आहेत. बाकीचे लोक जे करतात ते व्यवधान असतं. व्यवधान म्हणजे असं ध्यान ज्यात ध्यानाचा उद्देशच सफल होत नाही. ध्यानाचा लाभ तर घ्यायचाच आहे. पण ध्यान करताना जर तुम्ही ध्यानातून मिळणारे लाभ आणि सिद्धी यांतच अडकून राहिलात, तर ते व्यवधान बनायला कितीसा वेळ लागणार?

ध्यानाचा लाभ

ध्यान करण्याच्या नावाखाली लोक बरंच काही करत असतात. कित्येक प्रकारचे जप-तप, आध्यात्मिक मनोरंजन आणि विधी करत असतात. पण ध्यान म्हणजे नेमकं काय? ते कसं करावं? ध्यान कुठे लावावं? त्याचा मूळ उद्देश काय? हे जेव्हा तुम्हाला समजेल तेव्हाच ध्यान किती महान कार्य करू शकतं, हे तुम्हाला कळेल. त्यानंतरच ध्यानाचा खरा लाभ तुम्हाला मिळू शकेल. खरं ध्यान तुम्हाला नेहमीच तुमच्या अंतिम उद्देशाकडे घेऊन जात असतं. खरं ध्यान तुमचं लक्ष तुमच्या उद्देशावरून ढळू देत नाही. पण त्यासाठी आधी तुम्ही ध्यानावर ध्यान तरी केंद्रित करायला हवं ना? त्यासाठी

सातत्यानं, माझं ध्यान कुठे आहे, हे स्वत:ला विचारायला हवं.

ध्यान तुम्हाला संवेदनशील करतं

लोक जेव्हा मायेच्या गावात जातात, तेव्हा ते विकारांनी घायाळ झालेले नसतात. पण मायाजालात अडकल्यावर मात्र त्यांची अवस्था घायाळ झाल्यासारखी होत असते. परंतु लोक जेव्हा सत्संगासाठी येतात, तेव्हा ते आधीच घायाळ झालेले असतात. ते मायेचे तीर झेलून आलेले असतात. त्यांच्या डोळ्यांत धूळ गेलेली असते. पण कुठेतरी त्यांचा आत्मसन्मान जागा असल्याने ते मायेच्या मजेत असणारी सजा ओळखू शकतात आणि स्वत:चं संरक्षण करण्यासाठी सत्संगात येतात.

राजकुमार सिद्धार्थाला जेव्हा मायेचं फसवं रूप समजलं, तेव्हा तो घायाळ झाला होता. त्या घावानं त्याची संवेदना जागृत केली आणि म्हणून तो बुद्ध झाला. संवेदना जाग्या नसतील, तर माणूस असे अनेक घाव सहन करत राहतो. एखाद्याच्याविषयी मनात राग, तिरस्कार असेल, तर तो त्यासह जगतो, क्रोधाग्नीत जळत राहतो. तिरस्कारानं मन कलुषित करून घेतो. मात्र जो संवेदनशील असेल, तो अशा कोणत्याही विकारामुळे स्वत:चं मन अस्थिर होऊ देत नाही. ज्या गोष्टीमुळे आपल्याला त्रास होतो ती गोष्ट टाळत असतो. नेमकं हेच भावनांच्या बाबतीतही करायचं आहे. आपल्याला अस्थिर करणारे विचार, भावना यांना दूर ठेवून आत्मसन्मान जपायचा आहे. ज्याचा आत्मसन्मान जागृत होतो तो म्हणेल, 'आता यापुढे असे घाव मला नको, मला द्वेषाग्नीत जळायचं नाही.' विश्वात खूप कमी लोकांचा आत्मसन्मान अशा प्रकारे जागृत होतो.

ज्ञान आणि ध्यानावर विशिष्ट वातावरणातच ध्यान केंद्रित होतं

जो जागरुक होतो, तो त्वरित मार्ग शोधू लागतो. एखादी गोष्ट हानिकारक आहे हे कळताच माणूस त्या गोष्टीपासून दूर राहतो. एखाद्या गोष्टीमुळे आपली हानी होतेय, हे त्याला कळलं नाही तर मनुष्य त्याच त्या गोष्टींची पुनरावृत्ती करत राहतो आणि स्वत:ची हानी करून घेत असतो. हानीलाच लाभ समजतो. पण लाभ आणि हानी यांतील फरक कधी समजतो? तर जेव्हा संवेदनशीलता जागृत होऊन मायेच्या आकर्षणातून तो सत्याचा मार्ग शोधू लागतो. सत्याच्या मार्गावर सत्संग, सत्य-संघ लाभताच तो सुरक्षित होतो. त्याच्याभोवती सत्याचं सुरक्षारूपी कवच निर्माण होतं. सत्य-संघात सर्वच सातत्यानं सत्याचा शोध घेत असल्याने त्याला मायेचा घाव बसण्याचा धोका नसतो. याउलट

मायेचा हल्ला कधी, कसा आणि कुठून होतो, याचं ज्ञान त्याला मिळतं. आपलं ध्यान कुठे असावं, याचं ज्ञान लाभतं. मायेचा हल्ला होण्यापूर्वीच सावध कसं राहायचं आणि त्या हल्ल्यापासून स्वत:चं रक्षण कसं करायचं, याचंही ज्ञान त्याला सत्संगातच लाभतं. मात्र त्यानं सत्संगापर्यंत पोहोचायला तर हवं!

ज्या मनुष्याचा आत्मसन्मान जागृत होतो, ते सत्संगात जातात आणि तेथे जीवन रहस्य शिकतात. ज्याप्रकारे शाळेत एखाद्या मुलाकडून चूक होते, तेव्हा शिक्षक त्याच्या डोक्यावर टप्पू मारतात. जेणेकरून त्या मुलाने योग्य ज्ञान ग्रहण करावं. टप्पू मारण्यामागे मुलांचा विकास व्हावा, हाच शिक्षकांचा उद्देश असतो. अगदी याचप्रकारे सत्संगातही मनुष्याला टप्पू मारले जातात. येथे टप्पूचा अर्थ आहे ज्ञानरूपी हातोडा. शिवाय हे टप्पू विशेष वातावरणात मारल्याने ते सर्वांना प्रिय असतात. शिवाय हे टप्पू दु:खी आणि त्रस्त करण्यासाठी नाही परंतु प्रशिक्षित करण्यासाठी मारले जातात. प्रशिक्षणासाठी टेस्टिंग असते. कारण आपण जेव्हा जगात वावराल तेव्हा मायेच्या दुनियेत मिळणारे घाव रोखू शकाल. सत्संगात सेवा देताना मनुष्याचा अहंकार नष्ट होतो. माणसाला कुकर्म करायला आणि त्याच्या मनात विकारांना प्रवेश करायला भाग पाडते ती त्याची असुरक्षिततेची भावना. सत्संगातलं सुरक्षित वातावरण माणसाला अंतर्गत सुरक्षितता देतं. अंतर्मन सुरक्षित झाल्यावर मग त्याचं भय संपून जातं आणि बाह्य जगातले सर्व व्यवहार, सर्व कार्यं त्याच्यासाठी पूजेसमान होतात. अशा प्रकारे आपल्या सभोवताली तेच कार्य चालू असतं, जे सर्व लोक समजेने एकाच प्लॉटफॉर्मवर राहून करत असतात. म्हणून आपण तेच शिकाल जे टप्पू (ज्ञानरूपी हातोडा) आपल्या शिकवेल.

बाह्य जगात आपली जी टेस्टिंग होते, घाव लागतात. त्यातून आपण तेच शिकायला हवं, जे शिकवलं जात असतं. खरंतर आपण येथे काही विशिष्ट बाबी शिकण्यासाठी आलो आहोत पण शिकतो काही भलतंच. कारण आपण काही तरी अनुमान लावूनच जगत असतो. पण खेळ चांगला होण्यासाठी सराव कसा करायचा हे शिकण्याऐवजी, खेळाचं मैदान (जग) किती वाईट आहे... ते कधी चांगलं होणारच नाही... हे जग असंच राहणार आहे... हे जगण्यालायक नाही... परंतु मरण्याचं साहस नाही म्हणून आम्ही थांबलोय... अशा शंका घेऊन लोक जगत असतात. एखाद्या शास्त्रज्ञाने असा निष्कर्ष काढला असता, तर कुठल्याही नवीन गोष्टीचा आविष्कार कसा झाला असता बरं? कारण अशाने जे यंत्र पुढे जाऊन अभिव्यक्तीसाठी उपयुक्त

ठरलं असतं, ज्या यंत्रांनी लोकांना सुविधा आणि सुरक्षितता मिळू शकली असती, तीच त्रासदायक वाटू लागतील.

जे काही प्रयोग केले जातात त्यातून योग्य निष्कर्षच निघायला हवेत, हे शास्त्रज्ञ जाणत असतात. आपण जर अनुमान लावण्यातच गुंतून गेलो, तर चुकीच्या गोष्टी शिकून भावी पिढीचं नुकसानच करू.

ध्यानात विषाचंही अमृत होतं

जीजसला लोकांनी सुळावर चढवलं, सॉक्रेटीसला विष पाजलं गेलं. सुळावर चढताना जीजसनं प्रार्थना केली होती, 'हे ईश्वरा, हे लोक काय करत आहेत हे त्यांना माहीत नाही. त्यांना माफ कर.' अज्ञानाच्या अंधारात धडपडणाऱ्या लोकांसाठी जीजसनं स्वत: माफी मागितली. त्यांच्यासाठी ईश्वराकडे ज्ञानाचा प्रकाश मागितला. लोकांनी जीजसला पीडा दिली पण जीजसनं त्यांना प्रेमच दिलं.

श्रेष्ठ तत्त्वज्ञ सॉक्रेटीसना विष पाजल्यावर त्यांचे एक-एक अवयव काम करेनासे झाले. आधी पाय अधू झाले. मग ते विष हळू हळू मस्तिष्कापर्यंत गेलं. त्यावेळी सॉक्रेटीस त्यांची प्रत्येक अवस्था वर्णन करून सांगत होते. शरीर मृत्यूच्या आहारी जात असतानाचा अमूल्य अनुभव ते अनुभवत होते. असा अनुभव घेण्यासाठी ध्यानाची बैठक पक्की असावी लागते. शरीरात विष भिनत असतानाही सॉक्रेटीसनं आपल्या ध्यानावरचं ध्यान हटू दिलं नाही. विष प्राशन केल्यावरही त्यांनी ध्यानामृताचं सेवन चालूच ठेवलं होतं. त्यामुळे विषाचा परिणाम त्यांच्या शरीरावर झाला, मनावर नाही. त्यांना शारीरिक पीडा झाली, आत्मिक नाही. त्यांना बाह्य वेदना जाणवल्या, अंतरंगात मात्र ध्यानामुळे शांतीचा अनुभव होता. म्हणूनच ते मृत्यूचा अनुभव घेत, मृत्यूला शांतपणे सामोरे गेले.

अंतर्गत वेदनांपासून मुक्ती

लोकांनी जीजसला सुळावर चढवलं. त्यांच्या हाता-पायात खिळे ठोकले. जीजसचं शरीर रक्तबंबाळ झालं होतं, पण त्यांचं मन मात्र शांत होतं. कारण त्यांचं मन वेदनांपासून मुक्त होतं. त्यांचं ध्यान, शांतीवर केंद्रित होतं, वेदनांवर नाही. ज्याचं ध्यान प्रशिक्षित असेल, ध्यान ध्यानावर जात असेल त्याला बाह्य वेदना दु:खी करू शकत नाही. कारण मनुष्य दिसत असलेल्या जखमांपासून स्वत:ला वाचवतो. मात्र ज्या जखमा दिसत नाहीत, ज्या कपड्यांमध्ये दडलेल्या असतात त्याच्यावर आपण कधी लक्षच देत

नाही. म्हणून अंतर्यामी असलेल्या वेदना कोणाला दिसतच नाहीत.

एखादा माणूस उच्चशिक्षित, समजदार वाटत असेल पण मनातून तो जर कोणावर राग धरून असेल, सूडभावनेनं पेटलेला असेल, अहंकारानं ग्रासलेला असेल तर त्याला जीवनाचा खरा आनंद उपभोगताच येणार नाही. त्याच्या मनात सतत भीती असू शकते, आपलं पद गेलं तर? कोणी आपल्याला मारलं तर? या सततच्या भीतीमुळे आणि असुरक्षिततेच्या भावनेमुळे तो वरून कितीही स्वस्थ दिसत असला, तरी आतून गोंधळलेला, घाबरलेला असतो. अशाश्वत असलेल्या गोष्टी मिळवण्यासाठी आंधळी धडपड करत राहतो. शरीराच्या कोणत्याही भागात वेदना असली, तर माणूस त्यावर उपचार करून घेतो पण अंतर्गत वेदनेवर उपचार करून घेत नाही. मुळात या अंतर्गत वेदना आहेत आणि त्यांच्यापासून आपल्याला मुक्त व्हायचं आहे, हेच त्याला समजलेलं नसतं. आनंद मिळवण्याच्या आणि सांभाळण्याच्या नावाखाली तो स्वत:ला वेदना देत असतो. आपल्या आनंदात स्वत:च व्यवधान निर्माण करत असतो. कारण त्याच्या आसपासचे सर्वजण आनंदासाठी अशीच आंधळी, निरर्थक धडपड करताना त्याला दिसत असतात. पण खरा आनंद कधीच कोणी हिरावून घेऊ शकत नाही हे जेव्हा त्याच्या लक्षात येतं, तेव्हा त्याची ही व्यर्थ धडपड थांबते. मग तो खरा आनंद मिळवण्यासाठी जागृतपणे प्रयास करू लागतो. त्यानंतर त्याचं ध्यान योग्य दिशेला केंद्रित होतं.

अध्याय
८

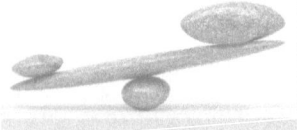

ध्यान मंत्र

मनाचं स्नान

सत्य समजून असत्य मिळवण्यासाठी मनुष्याची जीवनातली होणारी आंधळी धडपड कधी थांबेल? तुम्हाला जेव्हा कोणी मनन, ध्यान करताना दिसेल किंवा तुम्ही स्वत:च मननाद्वारे अदृश्याचा (सत्याचा) अनुभव घेऊ शकाल तेव्हाच. पण सामान्यत: अनुकरणप्रिय अशीच मनुष्याची प्रवृत्ती असते. आपल्या आसपासचे लोक जे करतात, तेच आपण करावं अशी वृत्ती असते. त्यामुळे आसपास कोणी मनन, ध्यान करत नसेल, तर आपल्यालाही त्याची आवश्यकता वाटत नाही. पण ही फार मोठी चूक ठरते. तुम्ही ही चूक टाळायची आहे. इतर कोणी ध्यान करो वा न करो, तुम्हाला मात्र सुरुवात करायचीच आहे. कारण ध्यानानं मिळणारे अंतर्गत अदृश्य लाभ आता तुम्हाला समजले आहेत. अंतर्गत लाभांमुळे विचारप्रक्रिया सुधारते, शुद्ध होते. शिवाय कोणत्याही कृतीचं मूळ हे विचारात असतं. कोणतंही कार्य आधी विचारात निर्माण होतं आणि मगच प्रत्यक्षात येत असतं. अंतर्गत लाभ हेच बाह्य विकास आणि बाह्य लाभ घडवून आणत असतात. बाह्य लाभांना अंतर्गत लाभानंतर मिळणारा बोनस समजायला हवं.

शरीराला जर दररोज स्नान घातलं तर शरीर स्वच्छ, कांतिमान दिसू लागतं. शिवाय शारीरिक आरोग्य जपलं जातं. स्नानाचा परिणाम प्रत्यक्ष दिसत असल्यानं स्नान लाभदायक आहे, हे तुम्हाला दिसत असतं. पण मनाला स्नान घातल्यावर जे लाभ होतात, ते प्रत्यक्ष दिसून येत नाहीत. कारण ते लाभ अंतर्गत असतात. शारीरिक स्नान झाल्यावर आपण स्वच्छ, ताजेतवाने दिसू लागतो. स्नानाचा परीणाम शरीरावर दिसावा

म्हणून आपण वेगवेगळ्या प्रकारचे सुवासिक साबण, तेल-उटणं वापरतो. स्नानानंतर कांती तेजोमय दिसावी म्हणून कितीतरी प्रयत्न करतो. मग कोणीतरी म्हणतं, 'अरे व्वा! आज काय फ्रेश दिसतो आहेस.' मग ते ऐकून आपल्याला चांगलं वाटतं. स्नानासारखं वैयक्तिक कार्य असो किंवा अन्य कोणतं कार्य असो, पण लोकांनी कौतुक केलं, की ते कार्य करायचा उत्साह दुणावतो. मग सतत कौतुक मिळवण्यासाठी ते कार्य नियमितपणे केलं जाऊ लागतं. पण मनाला ध्यानरूपी स्नान घातल्यावर कोणी असं म्हणत नाही, 'अरे, आज तुझ्या चेहऱ्यावर किती तेज दिसतंय.' तुझ्यात तेजप्रेम, तेजआनंद किती झळकतंय. कारण मनाच्या ध्यानस्नानाचे परिणाम अंतर्गत असतात. ते वरवर दिसून येत नाहीत. त्यामुळे लोकांना दिसत नसल्याने त्या परिणामांचं, त्या लाभांचं कौतुक होत नाही. मग ते कार्यच करावंसं वाटत नाही आणि जोपर्यंत हे अंतर्गत कार्य योग्य प्रकारे केलं जात नाही, तोपर्यंत बाह्य कार्य तरी योग्य प्रकारे कसं होणार? एखाद्या कार्याचा परिणाम योग्य व्हावा असं वाटत असेल, तर त्या कार्याची सुरुवातदेखील योग्यच असायला हवी. म्हणून योग्य ज्ञान मिळत नाही तोपर्यंत ही समजच येत नाही. मग जिथे योग्य समज नसते, तिथे सुरुवात तरी योग्य कशी होणार?

सुरुवात योग्य हवी असेल, तर समजही तशीच असावी

योग्य समज कोणती? तर योग्य समज हीच आहे, की प्रत्यक्ष परिणाम दिसोत किंवा न दिसोत, पण आपण जे योग्य आहे तेच करायचं आहे. योग्य गोष्टींची सुरुवात आपणच करायची आहे. कोणीतरी ती सुरुवात करेल म्हणून आपण थांबून राहायचं नाही. आपण आपलं कूल-मूल लक्ष्य, अंतिम उद्देश समजून घ्यायचा असून त्या दिशेनंच ध्यान केंद्रित करून सतत पुढे जात राहायचं आहे. सत्याच्या मार्गावर इतर कोणी वाटचाल करताना दृष्टीस पडलं नाही तरी आपण तो मार्ग सोडायचा नाही. ही दृढता येते ती सत्संगानं. सत्संगात सत्याचं ज्ञान लाभतं. प्रज्ञा जागृत होते आणि सत्य-असत्यातला फरक समजून घेण्याची समज येते. तुम्ही जर तुमचा उद्देश गाठण्याचा दृढ निश्चय केला असेल, तर तुमच्यासाठी सत्संग ही एक पूर्ण व्यवस्था आहे. तुम्ही फक्त त्याचा लाभ घेऊन योग्य दिशेनं सुरुवात करायला हवी... तरच अंतिम लक्ष्य साध्य होऊ शकेल.

ध्यानमंत्र लक्षात ठेवा

ध्यानावर ध्यान केंद्रित करणं म्हणजे ध्यानेंद्रियांवर लक्ष ठेवून आपले कान, नाक,

डोळे, त्वचा, जीभ ही इंद्रियं कुठे गुंतली आहेत हे बघणं आणि ती योग्य त्या ठिकाणी असली पाहिजेत या विषयी दक्ष राहणं. ध्यानाचा योग कुठे व्हावा आणि वियोग कुठे व्हावा, हे समजून घेणं. ध्यानाला योग्य ती दिशा देऊन त्यासाठी सतत स्वत:ला विचारायचं, 'आता तुझं ध्यान कुठे आहे?' ध्यान चुकीच्या दिशेनं जात असेल, तर या प्रश्नानं मार्ग बदलून योग्य मार्गावर स्थिर होईल. मनोरंजक दृश्य, स्वाद, शारीरिक सुखसुविधा यांत अडकलेलं ध्यान तुमच्या या प्रश्नानं जागृत होईल. ध्यानाला ध्यानावर केंद्रित करून ध्यानाचं भान जागं ठेवायचं आहे. समजा, क्रिकेटची मॅच चालू आहे. त्यातला एक संघ तुमचा आवडता असून शेवटची ओव्हर चालू आहे. त्याचवेळी तुम्हाला एक अत्यंत महत्त्वाचं काम करायचं आहे. अशा वेळी एक तर तुम्ही महत्त्वाचं काम उद्यावर ढकलाल किंवा क्रिकेट सोडून ते काम करायला जाल. पण तुमचं ध्यान मात्र क्रिकेटमध्येच अडकलेलं असेल. अशा वेळी तुम्ही प्रयत्नपूर्वक ध्यान खेचून आपल्या महत्त्वाच्या कामावर ते केंद्रित करायचं आहे. त्यावेळी असं करणं कदाचित त्रासदायक ठरेल. पण नेमकी तीच अमूल्य संधी असते, ध्यानाला जागृत करण्याची...

प्रयोग केल्यानं मनुष्य स्वत:ला चांगल्याप्रकारे जाणून घेतो

शास्त्रज्ञ जेव्हा वेगवेगळे प्रयोग करतात, तेव्हाच त्यांना विविध घटकांचे वेगवेगळे गुणधर्म समजतात. कोणत्या गोष्टीसाठी काय योग्य आणि काय अयोग्य, हेही समजतं. त्याचप्रमाणे स्वत:चे गुणधर्म, स्वत:साठी योग्य आणि अयोग्य काय, हे जाणून घ्यायचं असेल, तर त्यासाठी आपण स्वत:बरोबर विविध प्रयोग करून पाहिले पाहिजेत. वेगवेगळ्या परिस्थितींत आपण कसे राहतो, कसे वागतो, हे समजून घेतलं पाहिजे. जो असे प्रयोग सातत्याने करतो, तोच स्वत:साठी योग्य-अयोग्य काय, हे जाणून मायेतून स्वत:ची सुटका करून घेऊ शकतो.

कोणी म्हणतं, 'मला प्रवासच आवडत नाही.' तेव्हा त्यानं प्रवास करून पाहावा. कोणी म्हणतं, 'मला फार दिवस घरात राहायला आवडत नाही' तर त्यानं घरात राहून पाहावं. कोणी म्हणतं, 'मला गर्दीत राहायला आवडत नाही.' तेव्हा त्यानं कधीतरी लोकांमध्ये मिसळून पाहावं. कोणी म्हणतं, 'मला एकटं राहायला आवडत नाही. कधी कुठे बाहेर जायचं असेल, तर मी कोणाला तरी बरोबर घेऊनच जातो.' अशा माणसानं एखाद्या वेळी एकटंच बाहेर जाऊन पाहावं, एकट्यानं फिरायला जावं, सिनेमा एकट्यानंच पाहावा. आसपास सगळेच लोक अनोळखी असताना, मनात काय विचार येतात?

तुम्हाला जे वाटतं ते कोणाशी बोलून दाखवता आलं नाही, तर मनात काय बडबड सुरू होते, याचा अनुभव घेऊन पाहावा.

आपल्याला ज्या गोष्टी आवडत नाहीत, ज्यांची सवय नाही, त्या अधून मधून अवश्य करून पाहाव्यात. शिवाय ज्या गोष्टी आवडतात, ज्यांची सवय असते, त्या अधून मधून सोडून पाहाव्यात. असे प्रयोग केले तरच आपल्याला खरंच कशाची आवश्यकता आहे हे समजेल. त्यामुळे अनावश्यक गोष्टी टाळता येतील. ध्यान कशावर केंद्रित करायचं, हे समजेल. ध्यानाला प्रशिक्षित करून योग्य दिशा देता येईल.

ध्यानाला प्रशिक्षित करण्याची संधी येते, तेव्हा आपल्या निश्चय शक्तीचा आणि इच्छाशक्तीचा उपयोग करायला हवा. स्वयंविकास साधून अंतिम ध्येय गाठण्यासाठी जी तयारी करायची असते, त्यात ध्यानसाधना महत्त्वाची ठरते. पण त्याही आधी ध्यानाची तयारी करावी लागते. ध्यानाकडे ध्यान दिलं नाही तर आपण त्याबरोबर भरकटत जातो, आपल्या ध्येयापासून दुरावतो. म्हणून ध्यान कुठे जातं, कुठे गुंतून राहतं, ते पुन्हा ध्यानावर कसं परत आणायचं आणि त्याला योग्य दिशा कशी द्यायची, याचं प्रशिक्षण अतिशय आवश्यक असतं. त्यामुळे आत्मसन्मान जागृत होऊन माणूस संवेदनशील होतो. असा माणूस मायेचा हल्ला होण्यापूर्वीच सावध होतो, स्वतःचा बचाव करू शकतो. तरीही जर कधी त्याला मायेचा तीर लागून तो जखमी झालाच, तर तत्काळ सत्संगात जाऊन जखमेवर इलाज करून घेतो. आपली जखम (अज्ञान) लपवली तर चिघळत जाईल. ती बरी करायची असेल (सत्य ज्ञान मिळवायचं असेल) तर ती खुली केली पाहिजे, हे त्याला माहीत असतं. असा माणूस ज्ञान आणि क्षमेची ढाल घेऊन मायेच्या तीरांपासून स्वतःला वाचवत आपल्या ध्येयाकडे अखंडित प्रवास करू शकतो.

भटकणं हा मनाचा/ध्यानाचा स्वभावधर्म आहे. तुम्ही एकटे असा किंवा गर्दीत असा, घरात असा किंवा बाहेर, परिस्थिती सुखाची असो किंवा दुःखाची, पण ध्यान सतत भटकत असतं. ध्यान जर प्रशिक्षित असेल, तर ते चिखल पाहिल्यावरही नकारात्मक, निराशावादी विचार न करता सावधपणे कसं चालायचं यावर केंद्रित होईल. अशा वेळी ध्यानाची परीक्षा होत असते. चिखलाचा तिरस्कार केला, त्यापासून नजर चुकवली तर कदाचित त्यातच तुमचा पाय रुतू शकतो. गौतम बुद्धांनी सांगितलंय, 'दुःखापासून दूर पळालात तर ते तुमचा पाठलाग करत राहील. दुःखाचा सामना केल्यानेच तुम्ही त्यातून बाहेर येऊ शकाल.' त्यासाठी संवेदनशील व्हा. संवेदनशील होणं म्हणजे छोट्या-छोट्या

गोष्टींनी निराश होणं, भावूक होणं नाही तर आपल्या संवेदना समजून घेऊन त्यांचं व्यवस्थापन करणं. संवेदनशील नसलेला माणूस दु:ख कुरवाळत बसतो. पण संवेदनशील असलेला मनुष्य दु:खाची भावना तीव्र झाली, तरी तो दु:खाकडे अलिप्तपणे बघतो. लगेचच त्या भावनेतून बाहेर यायचा प्रयत्न करतो. दु:खावर ध्यान केंद्रित होत असेल तर तो स्वत:ला विचारतो, 'बघ, तुझं लक्ष कुठे आहे?' अशाप्रकारे ध्यानाचं भान जागं होतं. ते योग्य दिशेला केंद्रित होतं. हा ध्यानमंत्र असून ध्यान भरकटत आहे हे लक्षात येताच त्याला योग्य दिशा देण्यासाठी या मंत्राचा सातत्यानं उपयोग करायला हवा.

दिवसभरात अधून मधून या ध्यानमंत्राची मदत घेऊन आपलं ध्यान कुठे जातंय, कुठे गुंतून राहातंय, याकडे लक्ष असू द्यावं. ते जर नको तिथे गुंतत असेल, तर त्याला परत बोलावून योग्य गोष्टीकडे वळवावं. कारण ध्यानाला भूतकाळात आणि भविष्यकाळात रमायला फार आवडतं. त्याला सातत्यानं, 'कुठे आहेस?' असं विचारून वर्तमानात, तेजस्थानावर घेऊन यावं. सतत वर्तमानात राहण्याची सवय लावावी.

ध्यान करणं म्हणजे फक्त एकांतात डोळे मिटून बसायचं नाही, तर ध्यानावर लक्ष ठेवायचं आहे. ध्यान प्रशिक्षित झाल्यावर डोळे उघडे ठेवून, गर्दीतही तुम्ही ध्यान करू शकता. चित्रकार, त्याची चित्रकला आणि त्यानं रेखाटलेलं चित्र या तिन्ही गोष्टी एकच आहेत हे तुम्ही जाणू शकता, तसंच अनुभवकर्ता, अनुभवाचा अनुभवात अनुभव घेत असतो, हे आता तुम्ही समजू शकाल. दृश्य, द्रष्टा आणि दर्शन हे तिन्ही एकरूप आहेत हे तुम्हाला जाणवेल. जेव्हा चित्रकार आणि चित्र एकरूप होतात, तेव्हा उरते ती केवळ चित्रकला. तसंच द्रष्टा आणि दृश्य एकरूप होतात तेव्हा उरतं ते केवळ दर्शन. हे वास्तव समजताच ध्यान कशावर केंद्रित करायचं, हे लक्षात येईल. ते चित्रकारावर किंवा चित्रावर नाही तर चित्रकलेवर स्थिर असावं. द्रष्ट्यावर किंवा दृश्यावर नाही तर दर्शनावर केंद्रित व्हावं. ध्यानासंबंधीची ही समज सुरुवातीलाच आली, तर तुमचं ध्यान योग्य दिशेनं होऊ लागेल.

ध्यानात निरंतरता असावी

निरंतरता हीच सफलतेची गुरुकिल्ली आहे. ध्यानाच्या बाबतीतही हे लागू पडतं. केवळ ध्यान समजून घेणं आणि त्याची सुरुवात करणं पुरेसं नाही तर ते निरंतरतेनं, सातत्यानं करणं आवश्यक आहे. तरच त्याचे लाभ तुम्हाला मिळू शकतील.

विक्रम वेताळाची गोष्ट तर तुम्हाला माहीतच आहे. रोज रात्री राजा विक्रम वेताळाला घेऊन निघायचा. वेताळ त्याला एखादी गोष्ट सांगायचा. त्यावर विक्रम त्याला काही प्रश्न विचारायचा. राजानं उत्तर दिलं नाही तर त्याच्या मस्तकाची शकलं होतील आणि उत्तर दिलं तर मी निघून जाईन, अशी विचित्र अट घालायचा. शिवाय राजा विक्रमानं उत्तर दिलं की तो निघून जायचा. अशा अनेक रात्री गेल्या. वेताळाला घेऊन जाणं राजा विक्रमाला जमलं नाही. तरी त्यानं प्रयत्न सोडून दिले नाहीत आणि तो निराशही झाला नाही. मात्र एक दिवस तो त्याच्या कार्यात सफल झाला. पण जेव्हा जेव्हा वेताळाला घेऊन जाण्यात त्याला अपयश आलं, तेव्हाही तो खरंतर लाभच घेत होता. वेताळाच्या प्रत्येक गोष्टीतून त्यानं ज्ञान संपादन केलं, अपयशातूनही खूप शिकायचा प्रयत्न केला.

आता काहीच घडत नाहीये असं जेव्हा वाटत असतं, तेव्हा ती परिस्थितीही आपल्याला खूप काही शिकवून जात असते. आपण जर त्याकडे ध्यान दिलं तरच ते समजू शकतो. त्यासाठी शिकण्यात, शिकण्याच्या इच्छेमध्ये सातत्य असावं लागतं. सातत्यानं योग्य दिशेला ध्यान केंद्रित करता आलं तरच हे शक्य होतं.

मनुष्य ध्यानाला बसल्यावर त्याचं तुलनात्मक मन जागृत होतं. ते अधून मधून मध्ये मध्ये डोकावायला लागतं, 'वेळ वाया जातो आहे... या वेळेत दुसरं काही महत्त्वाचं काम झालं असतं... किती वेळ ध्यान करणार... काही फायदा झाला का...' अशाप्रकारे तुम्हाला ध्यानाचा जरी प्रत्यक्ष फायदा दिसत नसला, तरीही ध्यान सुरू ठेवायचं आहे. दोन दिवस ध्यान केल्यावर त्याचा काही परिणाम जाणवला नाही, तरी तिसऱ्या दिवशी ध्यान करायचं आहे. ध्यानातून काही फायदा मिळवायचा, हा उद्देशच ठेवायचा नाही तर सातत्यानं ध्यान करणं, हाच एकमात्र उद्देश ठेवायचा आहे. केवळ आपण योग्य प्रकारे ध्यान करतो आहोत की नाही, याकडे लक्ष द्या. पण ध्यानातून काही फायदा होतो आहे की नाही, याचा विचार करू नका. केवळ अनुभवाची अनुभूती घ्या. अनुभवाची परीक्षा घेऊ नका. या अध्यायात आपण ध्यानाविषयी मूलभूत माहिती घेतली. आता पुढच्या अध्यायात ध्यानाविषयी आणखी काही गोष्टी जाणून घेऊया.

अध्याय ९

ध्यानाचे चार शत्रू
निराशा, शंका, आसक्ती-द्वेष, वासना-आळस

ध्यान करत असताना अनेक अडथळे येऊ शकतात. त्यातील काही अडथळ्यांविषयी थोडक्यात समजून घेऊया-

पहिला अडथळा - निराशा

एखादा माणूस जेव्हा ध्यान करू लागतो आणि त्याला ध्यानात अपेक्षित फळ मिळत नाही, म्हणजेच ध्यानाचे परिणाम दिसून येत नाहीत; तेव्हा तो निराश होतो. निराशा आली, की मन एकाग्र होऊ शकत नाही. निराशेचे विचार येऊ लागताच माणसाला दुर्बलता जाणवू लागते. म्हणूनच मनाच्या आकाशाला अंधारून टाकणाऱ्या निराश विचारांचं मळभ दूर घालवून आशावादी सकारात्मक विचार वारंवार मनात आणा. मन सदा प्रकाशित ठेवा. आपल्याकडे एक म्हण आहे, 'दुरून डोंगर साजरे.' म्हणजे कोणतीही गोष्ट जेव्हा दूर असते, तेव्हा तिचे परिणाम आपल्याला जाणवत नाहीत. कारण त्या गोष्टीपासून आपण अगदी अलिप्त असतो. पण जेव्हा प्रत्यक्ष डोंगराजवळ जातो, तेव्हा तो डोंगर चढताना येणाऱ्या अडचणी आपल्याला जाणवतात. म्हणजेच आपण एखाद्या गोष्टीच्या जवळ जातो, तेव्हाच तिचे चांगले-वाईट गुणधर्म आणि त्यांचा परिणामही आपल्याला जाणवतो. त्याप्रमाणेच निराशाजनक विचारांपासून नेहमी दूर राहा. समजा, कधी निराशा जाणवलीच तर मी निराश आहे, असं न म्हणता, माझ्या मनात सध्या निराशेचे विचार एखाद्या ढगाप्रमाणे येऊन जात आहेत, असं म्हणा. निराशेच्या डोंगराला शक्य तितकं दूरच असू द्या.

दुसरा अडथळा - शंका

ध्यानाला बसल्यावर कधी कधी माणसाला स्वत:वरच शंका येऊ लागते... 'मला हे जमेल का?' मला नाही वाटत माझ्याकडून ध्यान होईल... ध्यान वगैरे इतर लोकांचं काम आहे... काही लोक किती छान विचारसेवा देतात... मला नाही ते जमत... मग मी कशाला ध्यान करायचं... असे स्वत:वर शंका घेणारे अनेक विचार मनात येत राहतात. अशी स्वत:वरच शंका घेणं हा ध्यानातील काही मुख्य अडथळ्यांपैकी एक अडथळा होय.

ध्यानाच्या चार मुख्य शत्रूंपैकी मोठा शत्रू म्हणजे शंका. ध्यान करताना स्वत:वर शंका आली नाही, तर ज्यांनी ध्यानपद्धत सांगितली असेल, त्या गुरूंची तरी शंका येतेच. गुरुजींनी मला हे ध्यान करायला का सांगितलं आहे? त्यामागे त्यांचा काय उद्देश असेल? काही स्वार्थ असेल का? असे गुरूंच्या ज्ञानावर, त्यांच्या मार्गदर्शनावर शंका घेणारे विचार मनात येत राहतात. आपल्या तुलनात्मक मनाला ध्यान अजिबात आवडत नाही. त्यामुळे काहीही करून ध्यान बंद कसं होईल, यासाठी त्याचे प्रयत्न सुरू असतात. त्याच्याकडे लक्ष दिलं नाही, तर त्याचा प्रभाव संपून ते विलीन होतं. त्याला अशाप्रकारे त्याचं अस्तित्व संपवायचं नसतं. म्हणून ते असे प्रश्न विचारत राहतं, 'कशाला करायचं हे ध्यान? ते करून काही फायदा तर होतच नाही.'

तुलनात्मक मनाच्या प्रभावामुळे माणूस स्वत:वर किंवा गुरूंवर शंका घेतो आणि जर त्याला दोघांवरही शंका आली नाही, तर त्याला ध्यानपद्धतीवर शंका येऊ लागते. त्याला दिलेल्या साधनेवरच शंका येऊ लागते. तो विचार करतो, या साधनेचे फायदे तर खूप आहेत पण त्यामुळे मला खरंच मोक्ष मिळणार आहे का? मनात शंका येताच लगेचच समजायचं- शत्रूचं आगमन झालेलं आहे. मनातल्या शंका या शत्रू आहेत, हे ओळखून त्यांच्यात अडकण्याचा मूर्खपणा करू नका.

'अतिथी देवो भव।' असं जरी आपण म्हणत असलो तरी काही पाहुणे हे आगंतुकासारखे असतात, अत्यंत त्रासदायक असतात. 'मान न मान, मैं तेरा मेहमान,' अशा वृत्तीनं ते आपल्याकडे ठिय्या देऊन राहतात. खरंतर ते आपल्याला नकोसे असतात. त्यांना पळवून कसं लावायचं, हेच कळत नाही. पण समजा, तुम्ही एक पुस्तक वाचत आहात. पुस्तकाचं नाव आहे, पाहुण्यांना कसं पळवून लावायचं. पण त्यावेळी नेमका

तुमच्याकडे कोणीतरी नको असलेला त्रासदायक पाहुणा आलेला असतो. तो पाहुणा तुम्हाला हे पुस्तक वाचताना पाहून म्हणतो, 'अरे, हे पुस्तक वाचून काहीही फायदा होत नाही.' तेव्हा पाहुण्याचं बोलणं तुम्ही मनावर घ्याल का? तुम्ही तर त्या पाहुण्याला पळवून लावण्यासाठीच ते पुस्तक वाचत असता. तर मग त्याचं बोलणं मनावर कसं घ्याल? त्याच्यावर विश्वास कसा ठेवाल? हो, आता दुसरं कोणी तुम्हाला असं सांगत असेल, तर कदाचित तुम्ही त्याचा गंभीरपणे विचार कराल. पण ज्याला पळवायचं आहे, तोच जर पळून जायचं टाळत असेल, तर तुम्ही आणखी कसोशीनं त्याला पळवायचे प्रयत्न कराल.

या उदाहरणावरून आपण हे समजायचं आहे, की मनात येणाऱ्या विचारांना नको असलेल्या पाहुण्यांप्रमाणे वागवायचं आहे. त्यांना मनात थाराच द्यायचा नसून तत्काळ पळवून लावायचं आहे. त्यांना पळवून लावायचा उपाय म्हणजे ध्यान. ध्यान करत असताना ते सतत तुम्हाला सांगत राहतील, 'हे सोडून दे, याचा काही फायदा नाही, हे तुला जमणार नाही, तुला याचा त्रास होईल, तुझी पाठ दुखते आहे, तुझा वेळ वाया जातोय, खूप महत्त्वाची कामं आहेत...' मन जेव्हा अशी बडबड करायला लागेल, तेव्हा त्याला सांगा, 'ध्यान करण्यासाठी शिक्षणाची आवश्यकता नसते आणि शारीरिक आरोग्याचीही आवश्यकता नसते. शरीर कसंही असलं तरीही ते उपयुक्त असतं. ते ध्यान नक्कीच करू शकतं.' ध्यानाबाबत मनात कोणत्याही प्रकारच्या शंकांना वाव मिळता कामा नये. म्हणून ध्यानाच्या या दुसऱ्या शत्रूला त्वरित पळवून लावायला हवं.

तिसरा अडथळा - मोह, द्वेष आणि भोगविलासाचे विचार

तुम्ही जेव्हा ध्यानासाठी बसता, तेव्हा तुम्हाला भूतकाळातल्या काही घटना आठवतात. त्यात काही घटना त्रासदायक, दु:खद असतात. त्या घटनांबरोबरच त्यात तुम्हाला झालेला त्रास आणि दु:ख यांसाठी निमित्त ठरलेल्या काही व्यक्तीही आठवतात. मग त्यांच्याविषयी मनात राग, द्वेष जागा होतो आणि त्यांचा बदला घेण्याच्या अनेक युक्त्या तुम्हाला सुचू लागतात. त्यांचा बदला घेण्याच्या विचारानं थोडं समाधान वाटतं. शिवाय आपल्यातील अहंकाराला हेच तर हवं असतं. अहंकार म्हणतो, 'अरे, मला हेच तर हवं होतं. त्या व्यक्तीचा बदला कसा घ्यायचा, याचाच विचार मी करत होतो. अशा प्रकारे ध्यानात एखाद्याला दु:ख द्यायचे विचार येऊ लागले, तर लगेच सावध व्हायला

हवं. कारण त्या विचारापाठोपाठ तृष्णा, वासना आणि भोगविलासाचे विकार प्रवेश करू लागतात. कारण माणूस खूपच महत्त्वाकांक्षी असतो. तो सतत दृश्य, वस्तू असं काही न काहीतरी बघतच असतो आणि जे काही बघतो तसेच अनेक विचार त्याच्या मनात येत असतात. ध्यानाला बसल्यावर ती सारी दृश्यं, त्यासंबंधीचे विचार एखाद्या चित्रपटाप्रमाणे त्याच्या मन:चक्षूंसमोर येऊ लागतात आणि माणूस त्यातच गुंतून जातो. थोड्या वेळानं त्याच्या लक्षात येतं, 'अरे, मी हा काय विचार करतोय?' मी तर ध्यानासाठी बसलो आहे. हे असले विचार करायला नाही. मंदिरात गेल्यावर तुमच्या मनात कोणते विचार येतात? तुम्ही ज्यासाठी मंदिरात गेला असाल, तेच विचार मनात यायला हवेत. बाकीचे विचार तर घरी बसूनही करता येतात. ज्या ठिकाणी जो विचार करणं आवश्यक आहे, तिथे तोच विचार केला गेला पाहिजे. तरच ते कार्य योग्य प्रकारे पूर्ण होऊ शकेल. नको त्या ठिकाणी नको ते विचार केले गेले तर कार्य बिघडेल. म्हणून ध्यान करताना मोह, द्वेष आणि भोगविलासाच्या अनावश्यक विचारांना शत्रू समजून दूर ठेवा.

चौथा अडथळा - आळस किंवा तंद्री

ध्यानाचा चौथा शत्रू म्हणजे आळस किंवा तंद्री. ध्यानाला बसल्यावर कधी कधी आपलं शरीर साथ देत नाही. डोळ्यांवर झापड येते, झोप येऊ लागते. झोप अनावर झाली की मन म्हणतं, 'चल, सोड ते ध्यान आणि झोप आता. तसंही ध्यान नीट होतच नाहीये.' मनाची ही तर्कबाजी अनेक वर्षं तुम्हाला फसवत आली आहे. तेव्हा ध्यान करतानाही मन असे तर्क लढवू लागतं. पण नाणं जर खोटं असेल, तर ते किती काळ चालणार? लोकांना जोपर्यंत त्या नाण्याचा खोटेपणा कळत नाही, तोपर्यंत ते त्या नाण्याचा स्वीकार करत राहतात. पण नाणं खोटं आहे हे कळताच कोणीही ते घेत नाही. मात्र तोपर्यंत खोटं नाणं जिथे जिथे चाललेलं असतं, तिथे त्याने बरंच नुकसान केलेलं असतं. आपणही मनाचा खोटा तर्क, ध्यानाचा चौथा शत्रू लगेचच ओळखायचा असून त्यापासून सावध राहायचं आहे.

खोट्या तर्कानं होणारं नुकसान टाळायचं आहे. त्यासाठी 'ध्यानाला बसून काहीच फायदा होत नाही' असं जेव्हा मन म्हणेल, तेव्हा त्याला सांगा, 'ध्यानात काही झालं किंवा नाही झालं तरी हरकत नाही, पण ध्यानाला बसायचंच आहे.'

निरंतरता हीच यशाची गुरुकिल्ली आहे, हे रहस्य ध्यानाच्या बाबतीत नेहमी लक्षात

ठेवा. ध्यानाची निरंतरता, अखंडता सतत राहू द्या. मन जर फारच नाटक करायला लागलं तर लगेच उठा, डोळ्यांवर पाण्याचे हबके मारा. एक रुमाल ओला करून जवळ ठेवा. डोळयांवर झापड येतेय असं वाटताच तो ओला रुमाल चेहऱ्यावरून फिरवा, मनाला प्रसन्न करून पुन्हा ध्यानाला सुरुवात करा. काहीही झालं तरी निश्चित केलेल्या वेळेपर्यंत मनाकडून काम करून घ्यायचंच आहे, हे उद्दिष्ट लक्षात असू द्या.

अध्याय १०

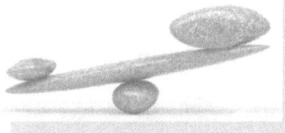

ध्यानाद्वारे स्वतःला संतुलित कसं राखाल

सेंटर बॅलन्सिंग मेडिटेशन

डोळे, कान, जीभ आणि शरीर प्रशिक्षित करा

ध्यानाला कसं आणि का प्रशिक्षित करायचं, हे आता आपण पाहिलं. पण ध्यानाबरोबरच आपले डोळे, कान, जीभ आणि शरीरालाही प्रशिक्षित करायची आवश्यकता असते. तुमचे डोळे काय बघत आहेत आणि कान काय ऐकत आहेत? डोळे काही वाईट गोष्ट बघत आहेत का? कान काही वाईट ऐकत आहेत का? कुठे चुगली, निंदा चालली असेल, तर कानांना तेच ऐकायचं आहे का? अशा प्रकारे आपल्या डोळ्यांवर आणि कानांवर सतत लक्ष असायला हवं.

तुमच्या जिभेनं काय बोलायचं इकडेही ध्यान असू द्या. कारण जिभेनं जर ईश्वराचं नामस्मरण केलं नाही, तर ती असून नसल्यासारखी असते. कानांनी सत्यश्रवण केलं नाही तर कानदेखील व्यर्थ ठरतात. डोळ्यांनी जर स्वसाक्षीचं दर्शन केलं नाही, तर डोळे व्यर्थ ठरतात आणि ध्यान जर ध्यानावर परतू शकत नसेल, तर ध्यानही व्यर्थ ठरतं. हे जर समजलं तर तुम्ही जीवनातल्या प्रत्येक क्षणाचा लाभ घ्याल. या विश्वात तुमच्यासाठी जी काही व्यवस्था केली आहे, तिचा लाभ घेण्यासाठी तत्पर राहाल.

ध्यानाचं ध्यान करा

सर्वप्रथम डोळे आणि कान यांना प्रशिक्षित करायला हवं. त्यानंतर जिभेलाही प्रशिक्षण द्यायला हवं. जोपर्यंत आपल्याला सुगंध येत नाही तोपर्यंत नाक जास्त त्रास

देणार नाही. पण डोळे, कान ही दोन इंद्रियं मात्र क्षणोक्षणी तुमचं लक्ष वेधून घेत असतात. आपण याचा कधी विचार करतंच नाही, आपले डोळे काय बघत आहेत? कान काय ऐकत आहेत? वास्तविक याकडेही लक्ष दिलं पाहिजे. त्याबरोबरच आपलं ध्यान कुठे आहे, हे पाहून त्याला योग्य दिशेनं वळवलं पाहिजे. आतापर्यंत तुम्ही स्वत:ला कधीच विचारलं नव्हतं, ध्यान कुठे आहे तुझं? आता अधून-मधून स्वत:ला हा प्रश्न सारखा विचारत राहा. तुमचं ध्यान जिथे जाईल, तिथे ते तुमच्या परवानगीनंच गेलं पाहिजे. म्हणजेच ते प्रशिक्षित झालं पाहिजे. त्यामुळे मिळणारा लाभ आणि आनंद खूप मोठा असेल.

सेंटर बॅलन्सिंग मेडिटेशन

संपूर्ण ध्यान करताना तुम्हाला ज्या सूचना दिल्या जातील, त्यांचं पालन करा. ध्यानासाठी केंद्र संतुलित ध्यानाच्या (सेंटर बॅलन्सिंग मेडिटेशन) अवस्थेत बसा. पण त्या आधी ही अवस्था कशी असते ते समजून घेऊया.

सेंटर बॅलन्सिंग ही शरीराची अशी अवस्था आहे, ज्यात आपण काही काळ आरामात बसू शकतो. पण ही अवस्था येण्यासाठी तुम्हाला तुमचं शरीर थोडं मागे-पुढे, डावीकडे-उजवीकडे हलवून पाहावं लागतं.

सेंटर बॅलन्सिंग मेडिटेशनचा अर्थ आहे आपल्या शरीराला पृथ्वीच्या गुरुत्वाकर्षणाच्या अनुसार स्थिर करणं. ज्यामुळे तुम्ही अधिक काळ ध्यानात बसून ध्यानसागरात खोलवर डुबकी मारू शकाल. कोणतंही ध्यान करण्यापूर्वी बसण्याची पद्धत आणि शरीराची अवस्था व्यवस्थित असणं महत्त्वाचं आहे. तुम्ही ध्यानासाठी बसाल तेव्हा पृथ्वीच्या गुरुत्वाकर्षणानुसार (ग्रॅव्हीटेशनल फोर्स) बसा. अशाप्रकारे बसलात तर कोणत्याही त्रासाशिवाय अधिक काळ बसू शकाल.

आपण आपल्या शरीराचा मध्य कसा ओळखायचा, हे एका उदाहरणावरून समजून घेऊया. तुम्ही जर टेबलवर एखादं पेन उभं करून ठेवलं तर ते उभं राहील का? पण त्या पेनाचा मध्य साधून ते उभं केलं तर ते नक्की उभं राहील आणि पहिल्या चित्रात दाखवल्याप्रमाणे पेन उभं केलं, तर ते उभं राहणार नाही. कारण त्याचा मध्य चुकलेला आहे. त्याचप्रमाणे आपलं शरीर त्याच्या मध्यावर स्थिरावलं तर ते जास्त वेळ स्थिर राहू शकेल. तुम्ही चुकीच्या पद्धतीनं बसलात, तर काही वेळानं शरीरात वेदना सुरू होतील,

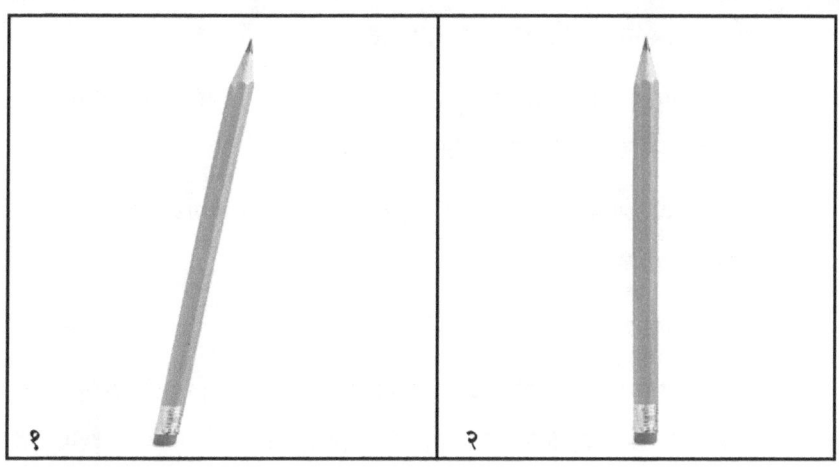

फार वेळ तुम्ही बसू शकणार नाही. पण आपल्या शरीरात असा एक मध्यबिंदू आहे, जो अगदी सुईच्या अग्रासारखा आहे. तुम्ही जर त्या बिंदूच्या अनुसार आसनात बसलात, तर तासन्‌तास त्या अवस्थेत बसू शकाल आणि तेही कोणताही थकवा न जाणवता. कसा ओळखायचा हा मध्य बिंदू? त्यासाठी खालील प्रयोग करून बघा–

१. आपल्या जागी उभे राहा.

२. आपल्या दोन पावलांत थोडं अंतर ठेवा. हे अंतर साधारण सहा इंचांचं असावं.

३. आपल्या शरीराला थोडं पुढे झुकवा आणि स्वत:ला विचारा, की जर मी माझ्या शरीराला या अवस्थेत ठेवलं तर ते थकेल का? उत्तर येईल, हो, नक्कीच थकेल.

४. मग आपलं शरीर थोडं मागे झुकवा आणि स्वत:ला पुन्हा तोच प्रश्न विचारा. आताही उत्तर तेच येईल. मग कोणत्या अवस्थेत (मागे आणि पुढे यांच्यामध्ये) तुम्ही जास्त वेळ न थकता उभे राहू शकाल?

५. आता तुमच्या शरीराला घड्याळाच्या लोलकाप्रमाणे पुढे–मागे करत राहा. ज्याप्रमाणे घड्याळाचा लोलक हळूहळू आपल्या मध्यावर स्थिर होतो, त्याप्रमाणे तुमच्या शरीराचं आंदोलनही हळूहळू कमी करत मध्यावर स्थिर व्हा.

६. त्यानंतर एक असा बिंदू येईल, की तिथून तुम्ही पुढेही जाऊ शकणार नाही आणि मागेही. नेमका हाच तो पॉईंट, हाच तो बिंदू जिथे तुम्ही स्थिर राहू शकता. हा बिंदू तुम्ही कसा शोधलात? तुम्ही स्वत:ला हलवून मध्य बिंदू कोणता आहे हे सांगितलं.

त्या बिंदूपासूनच तुम्ही मागे पुढे जात होता.

७. या पद्धतीमुळे चारही दिशांनी तुम्हाला मध्य अवस्था समजू शकते. आता त्याच अवस्थेत स्थिर राहून ध्यानाचा आनंद घ्या.

८. हे सारे टप्पे ध्यानाच्या आसनात बसल्यावर पुन्हा करून बघा आणि मध्यबिंदू शोधून स्थिर आसनात बसा.

या प्रयोगाचा उपयोग-

१. कधी कधी एखाद्या ठिकाणी जमाव असतो. परिस्थिती तणावपूर्ण असते. भांडण किंवा मारामारी चाललेली असते. तिथे तुम्ही उपस्थित असून ते दृश्य पाहत असता. तेव्हा हा प्रयोग करून बघा. मी या तणावपूर्ण स्थितीत स्वतःला संतुलित करत आहे, या विचारानं प्रयोग करा. शरीरानं जर संतुलन साधलं तर त्याने मानसिक संतुलनही साधलं जाऊ शकतं.

२. एखाद्या परिस्थितीत स्वतःवरचा ताबा सुटतोय असं तुम्हाला जाणवताच हा प्रयोग करा. शारीरिक स्तरावर संतुलन साधून तुम्ही सर्व स्तरांवर संतुलन साधू शकता.

अध्याय
११

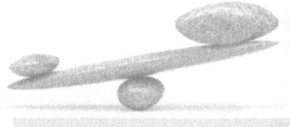

निद्रेत बेहोशी, समाधीत सजगता

निद्रा आणि समाधी यांतील फरक

आपण सगळेच रोज रात्री झोपतो. पण कोणीही जाणीवपूर्वक विशिष्ट समज ठेवून झोपत नाही. आठ तास झोप घेतल्यानंतर आपण सकाळी जेव्हा उठतो, तेव्हा रात्री झोपताना जसे होतो तसेच सकाळी उठल्यानंतर असतो. कधी कधी तर रात्रीपेक्षाही वाईट अवस्थेत असतो. शिवाय झोपेची जागा चांगली नसेल, पाठ दुखत असेल, अन्य काही त्रास असेल, खूप स्वप्नं पडत असतील, तर आपली झोप नीट होत नाही. मग त्या अपूर्ण झोपेची सगळी लक्षणं आपल्यावर दिसू लागतात. जसं, डोळे सुजणं, लाल होणं, डोकं जड होणं, चिडचिड करणं. यामुळे झोपेनंतरही माणूस निरुत्साही होतो. खरंतर झोप म्हणजे काय? स्वानुभवाची एक झलक म्हणजे झोप. माणूस झोपतो म्हणजे काय होतं? तर तो स्वानुभवात जातो आणि तो झोपेतून उठतो म्हणजे त्या अनुभवातून बाहेर येतो. तसं पाहिलं तर झोपही सुद्धा एक समाधि-अवस्थाच असते. पण झोप आणि समाधी या दोन्हीत फरक असतो. जेव्हा तुम्ही झोपता तेव्हा काय होतं आणि समाधिस्थ होता तेव्हा काय होतं? चला, यातला फरक आता समजून घेऊया.

तुम्ही जेव्हा झोपता तेव्हा तुमच्यासोबत एक बॅट असते आणि समाधीत जाता तेव्हा बरोबर हॉकी घेऊन जात असता. इथे आधी बॅट (BAT)चा अर्थ समजून घेऊ. यातला बी म्हणजे बेहोशी. तुम्ही झोपता तेव्हा खरंतर बेहोशच असता. म्हणजेच तुम्ही झोपला होता हे तुम्हाला झोपेतून जागं झाल्यावरच कळतं.

मात्र समाधिअवस्थेत असं होत नाही. त्यावेळी तुम्ही समाधि-अवस्थेत जात

दृश्य, दर्शन, द्रष्टा

आहात, हे तुम्हाला माहीत असतं. तिथे फक्त तुम्हाला ती अवस्था जाणून घ्यायची असते आणि जाणून घेणाऱ्याला (चैतन्याला) जाणून घ्यायचं असतं. समाधीत द्रष्टा स्वतःचं दर्शन करत असतो. म्हणजेच जाणणारा स्वतःच स्वतःसाठी एक दृश्य बनत असतो. हे एका उदाहरणावरून समजून घेऊया-

समजा, तुम्ही एका आरशासमोर उभे आहात. त्यावेळी आरशासमोर तुम्ही स्वतः असता आणि आरशात प्रतिबिंबाच्या रूपातही तुम्हीच असता. तुम्ही स्वतःच स्वतःला पाहत असता, जाणून घेत असता. म्हणजे त्या ठिकाणी द्रष्टाही तुम्हीच आणि दृश्यही तुम्हीच असता. तुम्हीच तुमचं दर्शन घेत असता. आधी तुम्ही द्रष्टा आणि दृश्य यांना वेगवेगळं मानत असता पण नंतर दोन्ही एकरूप होतात. जेव्हा दृश्य, द्रष्टा आणि दर्शन हे तिन्ही एक होतात तेव्हा समाधि-अवस्था प्राप्त होते. अन्यथा विषय (subject), वस्तू (object) आणि क्रिया (action/act) या तिन्ही गोष्टी भिन्नच असतात. समाधी ही एक अशी अवस्था असते, जिथे दृश्य, द्रष्टा आणि दर्शन हे तिन्ही एक होतात. तेव्हा जगभरातल्या सर्व गोष्टींकडे तुम्ही एक होऊन पाहू शकता. त्यात दृश्यही तुम्हीच असता, ते दृश्य बघणारे पण तुम्हीच असता आणि जे दिसतं ते दर्शनही तुम्हीच असता. त्या अवस्थेत तुमच्यापुढे ट्रिनिटीचं रहस्य उलगडतं.

समाधीत तिन्ही एकरूप धारण करतात. या अवस्थेलाच दर्शन अवस्था असंही म्हटलं गेलंय. या अवस्थेलाच दृश्य, द्रष्टा, दर्शन अशा कोणत्याही नावाने संबोधलं जाऊ शकतं. जसं, चित्र, चित्रकला आणि चित्रकार. चित्रकार स्वत:च चित्र बनला म्हणजे द्रष्टा स्वत:च दर्शन बनला. झोप आणि समाधी यांत जरी साधर्म्य असलं तरी झोपेप्रमाणे समाधीत बेहोशी नसते.

झोपेत अज्ञान आणि समाधीत जाणीव असते

तसं बघितलं तर झोप आणि समाधी या दोन्ही अवस्था मिळत्याजुळत्याच आहेत. अनेकदा लोक ध्यान करता करता नकळतपणे झोपी जातात. जेव्हा कोणी त्यांना जागं करतं तेव्हाच त्यांना कळतं, 'अरे, आपल्याला तर झोप लागली होती.' माणूस नेहमीच बेहोशीत आणि अज्ञानात झोपेच्या आहारी जातो. पण समाधि-अवस्थेत मात्र तो बेहोशीत जाऊ शकत नाही, त्यावेळी त्याला सजग असावंच लागतं.

बॅटमध्ये बी नंतर येतो ए. हा ए म्हणजे अज्ञान. झोपेत बेहोशीबरोबरच अज्ञानही असतं आणि समाधीत असते समज, अर्थात जाणीव, आकलन. म्हणूनच समाधीत जाताना आपल्यासोबत हॉकी असते. मानवी मन म्हणजे जणू कल्पनांचा, धारणांचा पिंजराच आणि जाणीव ही त्या पिंजऱ्याची किल्ली आहे. समाधीत जाताना तुम्ही हॉकीची म्हणजेच होकाराची किल्ली घेऊन जाता. हो, म्हणजे होकार, स्वीकारभाव. स्वीकारभाव येईल तेव्हा तुम्ही इच्छामुक्त असाल. यावेळी 'तुझी इच्छा तीच माझी इच्छा' असाच तुमचा भाव असेल. ईश्वराची इच्छा, हीच तुमची इच्छा असेल. अर्थात जर तुमच्याकडे हाँ-की (Key) असेल, तर तुम्ही स्वीकारभावासह आणि इच्छारहित होऊन समाधिअवस्थेत जाऊ शकाल.

या समाधि-अवस्थेत कोणी चेकर नसतो. अमुक एक गोष्ट होते आहे की नाही, काल आला तसा अनुभव आज का येत नाही... अशी तपासणी करणारा कोणी नसतो. समाधीत तुम्हाला हवा असलेला अनुभव येवो अथवा न येवो, पण तुम्ही इच्छामुक्त होऊन ध्यान करायचं आहे आणि समाधि-अवस्थेत जायचं आहे. ध्यानात काही गोष्टींचा स्वीकार होवो न होवो, त्यांचा परिणाम जाणवो अथवा न जाणवो, पण तिथे तुमची उपस्थिती महत्त्वाची असते. त्यासाठी सातत्यानं सराव करायला हवा. समाधी (महाध्यान) अवस्थेचा अनुभव घेत राहिलं पाहिजे. जिथे बेहोशी आणि अज्ञान नव्हे तर स्वीकारभाव,

समज आणि ज्ञान असतं. या स्पष्टीकरणावरून झोप आणि समाधी यांतील फरक तुमच्या लक्षात आला असेल.

तेजस्थानाच्या संपर्कात राहा

बॅट मधला टी म्हणजे तमोगुण अर्थात आळस. जेव्हा तुम्ही झोपता तेव्हा तमोगुणांसह त्या अवस्थेत जाता. वास्तविक थकल्यामुळेही तुम्ही झोपता. पण समाधि-अवस्थेशी थकण्याचा काही संबंध नाही. थकलेल्या अवस्थेत तुम्ही समाधिस्थ होऊ शकत नाही. कारण समाधि-अवस्थेत महत्त्वपूर्ण असणाऱ्या गोष्टी म्हणजे समज, स्वीकार, आनंद आणि उत्साह.

तमोगुण म्हणजेच आळस हा समाधीचा शत्रू आहे. आळसानं तंद्री येते, समाधी नाही. काही पदार्थ असे असतात, जे खाल्ल्यावर पचन क्रिया सहज होत नाही आणि पोटाच्या दिशेनं रक्ताचा दाब वाढू लागतो. त्यामुळे माणसाला सुस्ती येते, तो झोपेच्या आहारी जातो. म्हणूनच नेहमी पचायला हलकं आणि सात्त्विक अन्न खाण्याचा सल्ला दिला जातो.

लोक बॅटसह (BAT) बेहोश अवस्थेत झोपी जातात. आपण मात्र हॉकी (होकाराची, स्वीकाराची किल्ली) घेऊन समाधि-अवस्थेत जायचं आहे. मनाची दृढता प्राप्त करून घ्यायची आहे. समाधि-अवस्थेत गेल्यानं तुम्ही रोजच्या जीवनात विविध कामं करताना, अनेक लोकांना भेटताना, त्यांच्याशी काही व्यवहार करताना तुमच्या तेजस्थानाच्या संपर्कात राहू शकाल. तेजस्थान म्हणजे असं स्थान जिथे शरीर हे सेल्फशी जोडलं जातं. जिथे निराकार आणि आकार यांचा संगम झालेला असतो. आपण कुठेही असलो, कोणतंही कार्य करत असलो, तरी आपल्या मनाचा एक हिस्सा नेहमी त्या तेजस्थानावर असायला हवा.

खेळात तेजस्थान आणि मायेवर लक्ष ठेवा

आता आपण एका उपमेच्या माध्यमातून समाधि-अवस्था समजून घेऊया. समजा, तुम्ही एक खेळ खेळत आहात. या खेळात दोन संघ आहेत. एक संघ तुमच्यासोबत आहे आणि दुसरा संघ तुमच्या समोर आहे. काही जणांनी तुम्हाला पकडून ठेवलं आहे आणि काहीजणांनी समोरच्या संघातल्या लोकांना पकडलेलं आहे. आता दोन्ही संघ एकमेकांना स्वत:कडे खेचत आहेत. काहीसा रस्सीखेचसारखा खेळ चाललेला आहे. रस्सीखेचमध्ये

जसं रस्सी खेचली जाते, तसं इथे दोन संघातले लोक एकमेकांचे हात पकडून एकमेकांना आपापल्या संघाकडे खेचत असतात. तुमच्या संघातले लोक तुम्हाला मागे, तर समोरच्या संघातले लोक तुम्हाला पुढे खेचत असतात. तुमची जर ताकद जास्त असेल तर तुम्ही समोरच्या संघाकडे खेचले जाणार नाही. पण तुमची ताकद जर कमी पडली, तुम्ही कमजोर असला तर तुम्ही समोरच्या संघाकडे खेचले जाल हे निश्चित. आता लक्षात घ्या, तुमचा संघ म्हणजे तेजस्थान आणि समोरचा संघ म्हणजे माया.

या खेळात तुमचं लक्ष समोरच्यांच्या हाताकडेही तसंच त्याच्या शक्तीकडेही असेल. पण त्याचबरोबर तुम्हाला जे मागे खेचत आहेत, त्यांची ताकद तर कमी पडत नाही ना, याकडेही तुमचं लक्ष असेल. दोन्ही संघांकडे तुमचं लक्ष असेल. तुमच्या मनाचा एक हिस्सा तेजस्थानावर आणि दुसरा हिस्सा समोर असलेल्या मायेवर असेल.

तुमचं ध्यान जर तेजस्थानावर केंद्रित असेल, तर तुम्ही या खेळात निश्चितच जिंकू शकता. पण तुम्ही जर तुमच्या हाताला 'ना'रीयल तेल लावलेलं असेल, तर तेजस्थान संघाची पकड ढिली होईल. तुमचा हात सुटून तुम्ही तेजस्थान संघातून बाहेर व्हाल, मायेच्या संघात खेचले जाल. नारीयल तेल म्हणजे ना-रीयल तेल. जे रीयल नाही, सत्य नाही. हे असत्यरूपी तेल तुम्हाला सत्यसंघाची, तेजस्थानसंघाची साथ सोडायला लावतं आणि मायेकडे ढकलून देतं. तुम्हाला जर मायेपासून वाचायचं असेल, तर तेजस्थान संघाला दिलेला हात स्वच्छ ठेवा. त्याला ना-रीयल तेल लागणार नाही याची दक्षता घ्या.

तेजस्थान संघाला दिलेल्या हाताला तुम्ही ना-रीयल ऐवजी हाँ-रीयल (होकार) तेल लावायचं आहे. तुम्ही जर सत्य जाणून घेतलं, स्वतःचं खरं रूप जाणून घेतलं तर माया कधीच तुम्हाला तिच्याकडे खेचू शकणार नाही. त्यासाठी या खेळात तुमचं लक्ष, दोन्ही संघांकडे असायला हवं. त्यासाठी ध्यान हा असा बाण आहे, जो दोन्ही बाजूंनी चालू शकतो. जसं, कमळाचं फूल पाण्यात राहूनही पाण्यापासून अलिप्त असतं. त्याच्यावर पाण्याच्या थेंबांचा काहीच परिणाम होत नाही, ते अलगद ओघळून जातात. तसंच आपल्याला आपलं मनही ठेवायचं आहे. तेजस्थान आणि माया अशा दोन्ही स्थानांवर तुमचं ध्यान असेल, तरच पाण्यात राहूनही पाण्यापासून अलिप्त असणाऱ्या कमलपुष्पाप्रमाणे तुमचं जीवन राहील. मायेच्या जगात राहूनही मायेपासून अलिप्त आणि तेजस्थानाच्या संपर्कात राहून मायेत न गुंतता अलिप्तपणे कार्य करू शकेल. यासाठी

आपल्या ध्यानाला योग्य प्रकारे प्रशिक्षित करायला हवं.

ज्यावेळी तुम्हाला जाणवेल, की तुम्ही मायेकडे खेचले जात आहात त्यावेळी लगेचच 'पलट, तेरा ध्यान किधर है?' म्हणजेच मनाला विचारा 'अरे, तुझं लक्ष कुठे आहे?' हा मंत्र आठवून हा प्रश्न स्वतःला वारंवार विचारायला हवा. तुमचं लक्ष फक्त पुढेच नाही तर मागेही असायला हवं. पुढे जाल तेव्हा मागे काय सोडलं आहे, याचं भान असायला हवं. तरंच मायेच्या खेळात तुम्ही जिंकू शकाल. हा खेळ विसरलात तर मायेत गुंतून पडाल. मग अज्ञानामुळे समोरचा जे करतो तेच तुम्ही करू लागता. जेव्हा तुम्ही स्वत:चं ध्यान प्रशिक्षित करून, ध्यानाला योग्य दिशा द्याल, तेव्हाच तुम्हाला जे हवंय, तेच समोरच्यांच्या कृतीतही पाहू लागाल. मग समोरचा जे करतो, तेच आपण करायचं, की आपल्याला जे हवंय ते समोरच्यात पाहायचं, याचा निर्णय तुम्ही घ्याल.

खंड ३
महाध्यानाचं ध्यान

अध्याय १२

ध्यान- मूळ धारणेवरील उपाय

तुम्ही शरीर नाही, शरीर विधी आहे

एखादा मनुष्य तुमच्याबाजूला बसून एक तासभर जर तुम्हाला शिव्या देत असेल, तर तुम्हाला अतिशय दुःख होतं. कारण ते अपशब्द आपण ऐकू शकत नाही. शिवाय तो मनुष्य तर एक तासापासून सारखाच तुम्हाला गालीप्रदान करत आहे. तरीही तुम्ही संयम बाळगून बसला आहात. परंतु काही वेळाने तुमच्या धैर्याचा बांध तुटतो आणि तुम्ही त्या माणसाला विचारता, 'दादा, तुम्ही अशाप्रकारे मला सारख्याच शिव्यांची लाखोली का वाहत आहात?' त्यावर तो मनुष्य म्हणतो, 'मी आपल्याला कुठे शिव्या देतोय? मी अमुक-अमुक माणसाला शिव्या देतोय, ज्याचा मला राग आलाय.' मग पुन्हा तुम्ही त्याला विचारता 'तर तू कोणाला शिव्या देतो आहेस? कारण तू माझंच नाव घेऊन शिवीगाळ करत आहे' त्यावर तो मनुष्य म्हणतो, 'मी माझ्या नातेवाइकाला शिव्या देत आहे, आता तुमचं नाव जर तेच असेल, तर त्याला मी काय करू? वास्तविक मी तर तुम्हाला ओळखतही नाही.' या उदाहरणावरून आपल्या लक्षात येईल, एका गैरसमजामुळे आपल्याला किती दुःख होतं. तो मनुष्य तर इतर कोणाला तरी शिव्या देत होता. पण आपल्याला वाटलं, की तो आपल्यालाच शिव्या देत आहे, आपल्यालाच अपशब्द उच्चारत आहे. या एका धारणेमुळे आपल्याला किती त्रास झाला?

अगदी अशाचप्रकारे 'मी शरीर आहे' या एका धारणेमुळे आपल्याला खूप त्रास होतो. आपल्याला जर ही गोष्ट आधीच ठाऊक असती, की वास्तवात तो दुसऱ्यालाच शिव्या देत आहे, तर आपल्याला इतका त्रास झाला असता का? त्याचप्रमाणे 'मी शरीर

नाही' ही गोष्ट ज्यावेळी लक्षात येईल, तेव्हा कुठल्याही गोष्टीचे आपल्याला दुःख होणार नाही.

भगवान बुद्धांना दुःख का झालं नाही? भगवान महावीर दुःखापासून मुक्त कसे झाले? बाहेरून तर त्यांना शारीरिक स्तरावर अनेक दुःख, समस्या आल्या. परंतु तरीही ते म्हणाले, 'मी जागृत झालोय म्हणून आता दुःखमुक्त आहे, शरीर तर माझ्या बाजूला ठेवलं आहे आणि स्वानुभवासाठी ते साहाय्यक ठरत आहे.' गौतम बुद्धांनी जेव्हा वार्धक्य, व्याधी आणि मृत्यू या अवस्था पाहिल्या, तेव्हा प्रथम त्यांना दुःख झालं. पण या अवस्था शरीराशी संबंधित असून दुःख शरीराशी जोडलेलं आहे, हे जाणताच ते शरीरापासून अलिप्त झाले, बुद्धावस्थेत गेले. बुद्ध ही एक अवस्था आहे, जी आपल्याला शरीर आणि मन या पलीकडचं ज्ञान देते. हे शरीर आपल्याला तेव्हाच जास्त मदत करू शकेल, जेव्हा आपण आपल्या धर्मावर स्थापित व्हाल. 'बुद्धम् शरणम् गच्छामि' म्हणजे स्वध्यानाच्या शरणात आम्ही जात आहोत. येथे बुद्धाचा अर्थ शरीर नसून, एक अवस्था आहे.

एखादा म्हणतो, 'आम्हाला धार्मिक बनायचं आहे.' परंतु असे शब्द वारंवार उच्चारल्याने ते अशुद्ध होतात. त्यांच्या मागचा खरा अर्थ हरवून जातो. लोक हिंदू, ख्रिश्चन, शीख, ईसाइ अशा संप्रदायांना धर्म मानतात. परंतु धर्माचा या संप्रदायांशी काही एक संबंध नाही. ही गोष्ट आपल्याला स्पष्टपणे समजायला हवी, की ध्यान, स्वध्यान धर्म आहे. जेव्हा आपण ध्यान या शब्दाचा उपयोग खऱ्या गोष्टीसाठी कराल, तेव्हा त्याला स्वध्यानच समजायला हवं. जेव्हा आपण सिद्धींमध्ये, लोभ, लालसेमध्ये किंवा अहंकारात भरकटतो, तेव्हा आपलं ध्यान व्यवधान बनतं. ही गोष्ट जर आपल्याला समजली तर पुढे जाऊन आपण याचा अधिक लाभ घेऊ शकाल.

शरीर, एक विधी आहे

जगात कित्येक विधी उपलब्ध आहेत. आपल्याला त्यांचा फायदाही घ्यायचा आहे; परंतु त्याचसोबत हेही लक्षात ठेवायचं आहे, की विधी म्हणजे ध्यान नव्हे. विधी आणि शरीर केवळ निमित्तमात्र आहेत. विधी जेव्हा आपलं काम करणं बंद करते, तेव्हा आणखी एका विधीची आवश्यकता भासते. विधी म्हणजे पद्धत, माध्यम. कोणतंही उद्दिष्ट पूर्ण करण्यासाठी एक पद्धत असते. पण ती पद्धत म्हणजे केवळ एक माध्यम

असतं. त्याचप्रमाणे शरीर केवळ निमित्त आहे, विधी आहे. एखादी गोष्ट सांगितली आणि ती जर लक्षात आली नाही, तर आणखी एक गोष्ट सांगितली जाते. समजा, एखादं उदाहरण सांगितलं पण ते कोणाच्या लक्षातच आलं नाही, तर त्यासाठी आणखी एक उदाहरण सांगावं लागतं.

शरीर हेदेखील एक विधी असून त्याला आणखी एक विधी जोडला जातो. जेणेकरून ध्यान ध्यानावर परतावं. म्हणजे शरीरात आणखी अशा काही व्यवस्था केल्या जातात, ज्यायोगे ध्यान स्वतःवर परततं. त्यासाठी शरीरावर काही कार्य केलं जातं. काही बदल केले जातात. असं केल्याने तुम्हाला संकेत मिळतो, की 'तुम्ही 'स्व' वर लक्ष केंद्रित करावं.'

सकाळी उठताक्षणी आपल्या मनाची बडबड सुरू होत होती. त्यामुळे आपलं ध्यान स्ववर केंद्रित होत नव्हतं. परंतु आता मनाने नवनवीन गोष्टींवर मनन करायला हवं. ज्या योगे त्याच्यात सजगता येईल. आपण सकाळी उठल्यानंतर पूर्वी ज्या गोष्टींवर मनन करत होतो, त्याचीच सवय मनुष्याला होते. परंतु आता नवीन काही गोष्टींवर मनन केल्याने आपलं ध्यान स्ववर केंद्रित होऊ शकतं. त्यानंतर 'आता तर माझ्या मनात ध्यानाचे विचार येत आहेत,' असे विचार येऊन आपण स्वतःवर स्थापित होऊ शकतो. शरीराला केवळ विधी समजायचं आहे. कारण त्यामुळेच ध्यान, ध्यानावर परतेल. मग शरीर, शरीराचा विचार करणार नाही, तर केवळ 'स्व'चा विचार करेल आणि शरीर त्याचीच अभिव्यक्ती करू लागेल.

'शरीर माझीच अभिव्यक्ती करत असून मला जो विचार करायचा आहे, तोच शरीरदेखील करत आहे,' हे बघून तुम्ही आनंदी व्हाल. कारण शरीराच्या काही मर्यादा असल्यामुळे आजवर ते कमी विचार करत होतं आणि आपल्याला तर जास्त विचार करण्याची इच्छा होती. आपल्याला तर विश्वाची चिंता करायची होती, पण शरीर मात्र केवळ 'एक दुकान आणि मकान' याचीच चिंता करत होतं. तुम्हाला तर संपूर्ण आनंद घ्यायचा होता, पण शरीर थोड्यातच खुश होऊन सुख, सुविधा आणि सुरक्षिततेलाच आनंद समजून बसलं होतं. पण आता जेव्हा सेल्फ त्याची अभिव्यक्ती करू लागतं, तेव्हा तुम्हाला चांगलं वाटतं. मग तुम्हाला असं वाटत नाही, माझं शरीर असं का? तसं का?

अशा प्रकारे आपण जाणलं, की ध्यान धर्म आहे, आपला स्वभाव आहे. आपणच ध्यान आहात आणि ध्यानच दौलत आहे. सर्वांत मोठी दौलत ध्यान असून ध्यानाद्वारेच आपल्यातील चेतना स्वत:वर परतते. शिवाय आपल्या चेतनेचा स्तर नेहमी उच्च राहून आपण उच्चतम अवस्थेतप्रत पोहोचतो. एकदा का ध्यान ही दौलत आहे हे पक्कं झालं, की आपण तिची कधीही चोरी होऊ देणार नाही.

अध्याय १३

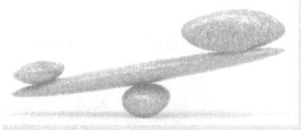

शरीराद्वारे महाध्यानाची तयारी

ध्यान करण्यापूर्वीचे १२ नियम

१. सकाळी किंवा संध्याकाळी ध्यान करावं

ध्यानासाठी सकाळची किंवा संध्याकाळची वेळ योग्य असते, जिला संधी (जोड) असं म्हटलं जातं. यासाठीच संध्याकाळला 'संध्या' असंही म्हटलं जातं. ही अशी वेळ आहे, जेव्हा आपलं पोट भरलेलंही नसतं आणि खालीही नसतं. रात्रीचं भोजन सकाळपर्यंत आणि दुपारचं अन्न संध्याकाळपर्यंत पचलेलं असतं. या दोन्ही वेळात सकाळची वेळ जास्त परिणामकारक मानली गेली आहे. कारण सकाळच्या वेळी वातावरण शीतल आणि शांत असतं. जेणेकरून मन लगेच निर्मळ होऊ शकतं. सुरुवातीला मनाच्या एकाग्रतेसाठी, मनाची अस्थिरता कमी करण्यासाठी या सर्व गोष्टी अत्यावश्यक आहेत. ज्यायोगे आपली एकाग्रता वृद्धिंगत होईल, अशी एक वेळ आपण निश्चित करायला हवी.

सकाळच्या प्रसन्न आणि शुद्ध वातावरणात ध्यानाबरोबरच जर प्राणायाम केला तर श्वासाद्वारे शरीराला शुद्ध हवा लाभते. ध्यानानं मनाला स्थिरता आणि शरीराला ऊर्जा लाभते. ध्यानानं मानसिक आरोग्य सुधारतं, तर प्राणायामानं शारीरिक आरोग्य सुधारतं. म्हणूनच सकाळच्या वेळी केलेल्या ध्यानाचा दुहेरी फायदा होतो. कारण त्यात शरीराचा आणि मनाचा सुंदर मेळ साधला जातो. सकाळी उठल्यानंतर आपली अवस्था दिवसभरापेक्षा वेगळी असते. आपण पूर्णपणे जागृतावस्थेतही नसतो आणि पूर्णपणे निद्रितावस्थेतही नसतो. त्यावेळी झोप झाल्यामुळे मेंदूला विश्रांती मिळालेली असते.

म्हणून ध्यानासाठी सकाळचीच वेळ अधिक परिणामकारक असते.

२. ध्यानाला बसण्यापूर्वी आपली कार्ये सावकाश करा

माणूस दिवसभर धावपळ करत असल्याने दिवसभर त्याचा मेंदू चपलतेनं काम करत असतो. डोक्यात धावपळीचे विचार असतात. त्यामुळे शरीरही वेगानं काम करत असतं. पण ध्यानासाठी अशी धावपळ करून चालत नाही. ध्यान सावकाश, पुरेसा वेळ देत करायचं असतं. म्हणूनच ध्यानाचा एक नियम असा आहे, की ध्यानापूर्वी आपली कार्यं सावकाश करायला हवीत. आपल्या मेंदूच्या आणि शरीराच्या गतीला ब्रेक लावायला हवा. आपल्या धावपळीची गती एकदम कमी करणं शक्य नसतं म्हणून तुम्ही जर दहा मिनिटांनी ध्यानाला बसणार असाल, तर ध्यानाच्या दहा मिनिटं आधी जे काम कराल ते सावकाश करा. जर तुम्ही वॉश बेसिनकडे जाणार असाल, तर हळूहळू जा आणि तोंडही सावकाश धुवा. तुम्हाला आसन उचलून ठेवायचं असेल, तर ते हळुवारपणे ठेवा. इतर वेळी तुम्ही जशी घाईघाईनं कामं करता, गडबडीनं वस्तूंची हलवाहलव करता, तशी ध्यानापूर्वी करायची नाही.

३. ध्यानापूर्वी शरीराला आणि मनाला तयार करा

ध्यान हा एक अंतर्गत, आपल्याला अंतरंगात घेऊन जाणारा प्रवास आहे. ध्यानात तुम्ही स्वत:मध्ये डोकावून पाहत असता. समजा, आपल्याकडे कोणी पाहुणे येणार असतील, तर आपण आपलं घर आवरतो, स्वच्छ करतो. पाहुण्यांसाठी ते सज्ज करतो. तसंच आपल्या आत डोकावण्यापूर्वी आपण आपली अंतर्गत तयारी करायची आहे. ध्यानापूर्वी स्वत:चं शरीर ध्यानावस्थेत आणायचं आहे. तसंच मनाचीही तयारी करायची आहे. ध्यानापूर्वी स्वत:ला सांगा, या आधी सर्व गोष्टी मिळवण्यासाठी मी उतावीळ होतो; पण आता मात्र मी सर्व कार्य धीम्या गतीनं, सावकाश करणार आहे. मनाला सांगितल्याप्रमाणे ध्यानापूर्वी काही वेळ सावकाश काम करा. ध्यानाची तयारीही हळुवारपणे करा. त्यामुळे शरीराची आणि मनाची गती संथ होईल, शरीर आणि मन ध्यानासाठी तयार होईल. तुमच्या संथ हालचालींमुळे, आसपासच्या लोकांनाही तुम्ही काय करणार आहात हे समजेल. किंबहुना तुम्ही आता काहीही कार्य करणार नाहीत हे त्यांच्या लक्षात येईल. तुम्ही स्व-ध्यान करणार आहात, याची त्यांना कल्पना येईल.

४. ध्यान रिकाम्या पोटी करावं

ध्यान हा मनाचा व्यायाम आहे. भरल्या पोटी जसा शारीरिक व्यायाम करायचा नसतो तसं ध्यानही करायचं नसतं. ध्यानासाठी मन तसंच पोटही रिकामं, हलकं असावं. रात्री केलेलं जेवण पचवायचं काम शरीरानं रात्रभर केलेलं असतं. त्यामुळे सकाळी पोट रिकामं असल्याने शरीर ध्यानासाठी तयार असतं. संध्याकाळीसुद्धा शरीराची अशीच अवस्था असते. दुपारचं जेवण पचलेलं असतं, पोट रिकामं असतं. त्यामुळे ध्यानासाठी तयार असतं. अशा प्रकारे ध्यानासाठी शरीर-मन तयार होताच ध्यान करणं सहज शक्य होतं.

५. ध्यानाच्या वेळी विशेष वातावरण तयार करा

शरीराची आणि मनाची अंतर्गत तयारी कशी करायची ते आपण पाहिलं. आता बाह्य तयारी कशी असावी ते जाणून घेऊया. ध्यानापूर्वी स्नान करून, ताजेतवाने व्हा. तंग कपडे घालू नका. कारण तंग कपडे घातल्याने शरीर आखडल्यासारखं होईल आणि ध्यानाकडे ध्यान लागणार नाही. ध्यानाच्या वेळी सैलसर कपडे घाला. त्यामुळे शरीराला मोकळेपणा जाणवेल.

ध्यानासाठी योग्य पोषाख कसा असावा हे आपण पाहिलं. आता ध्यानासाठी जागा कशी असावी हे पाहूया. काही लोक समोर भिंत असलेल्या जागी ध्यान करतात. त्यामुळे लक्ष इतर कुठे जात नाही, तर काही लोकांना निसर्गाच्या प्रसन्न सान्निध्यात ध्यान करण्याची संधी मिळते. निसर्गाचा ताजेपणा, मनालाही प्रसन्न करतो.

६. ध्यान करताना फोन बंद ठेवा

ध्यानात आपल्याला स्वतःचा, आपला आतला आवाज ऐकायचा आहे. स्वतःशी संवाद साधायचा आहे. त्यासाठी ध्यान करण्यापूर्वी आठवणीनं आपला फोन बंद करून ठेवा. फोन आणि मोबाइलमुळे आपल्या ध्यानात कोणतीही बाधा येऊ नये. कारण ध्यान करणं हे अत्यंत महत्त्वाचं कार्य आहे, याची जाणीव असू द्या.

७. शांत वातावरणात ध्यान करा

शांत वातावरणात एकटे बसून ध्यान करा. जेथे लोक आपापसात बोलत असतील तेथे ध्यानाला बसू नका. वरवरच्या, खोट्या ध्यानाला बकध्यान म्हटलं जातं. बगळा

कसा पाण्यात एका पायावर अगदी निश्चलपणे उभा असतो. त्याच्याकडे पाहिल्यावर असं वाटतं, जणू काही कोणी ऋषीच कठोर तपाला उभा आहे. पण बगळ्याचं ध्यान असतं ते पाण्यात त्याच्या पायाशी इकडून तिकडे सुळकन पळणाऱ्या माशांकडे. योग्य संधी साधून त्यातले मासे त्याला गट्टम करायचे असतात. त्याचं ध्यान हे जगाची दिशाभूल करण्यासाठी असतं. ते त्याच्या अंतर्यामी नाही तर बाह्य जगाकडे केंद्रित असतं.

आपलंही असं बकध्यान लागू नये याची काळजी आपण घ्यायची आहे. आपल्या आसपास जर कोणी लोक असतील, ते एकमेकांशी काही गप्पा मारत असतील, तर आपलं लक्ष त्यांच्या गप्पांकडे जाऊ शकतं. आपलं ध्यान वेधलं जाऊ शकतं. तिकडे माझ्याबद्दल तर काही बोलणं चाललेलं नाही ना? ते लोक माझ्या फायद्याचं तर काही बोलत नाहीत ना? यांसारखे विचार मनात येऊ शकतात. म्हणूनच ध्यान करताना अशा वातावरणात बसू नये.

८. ध्यानासाठी नेहमी एकच आसन वापरा

आपण जेव्हा दररोज ठरावीक वेळी, एकाच जागी, एकाच आसनावर, एकाच ध्यानमुद्रेत नियमित ध्यान करू लागतो, तेव्हा आपल्या शरीराला ध्यानाची सवय होऊ लागते. ठरावीक वेळी, ठरावीक जागेवर जाताच आपलं शरीर आणि मन ध्यानासाठी सज्ज होऊ लागतं. आपले विचार आपोआपच कमी-कमी होऊ लागतात. मग आपण विचारांच्या जंजाळात अडकून राहत नाही. अगदी सहजतेनं अलिप्त होऊन स्वतःच्या विचारांकडे पाहू शकतो. कारण त्यावेळी त्याठिकाणी केवळ ध्यानच करायचं असतं, हे आपल्या मनोशरीरयंत्राला समजलेलं असतं. ध्यानासाठी तुम्ही जे आसन वापरणार आहात, ते आसन वेगळं ठेवा. केवळ ध्यानासाठीच त्याचा वापर करा. ध्यान करताना आपल्यामध्ये काही विशिष्ट कंपनं निर्माण होत असतात. एकाच आसनावर बसून नियमितपणे ध्यान केल्यानं त्या कंपनांचा प्रभाव ध्यान-आसनावरही होत असतो. म्हणून त्या आसनावर बसून जेवणं, टीव्ही बघणं, गप्पा मारणं असं अन्य काहीही करू नका. त्यामुळे त्या आसनाचा प्रभाव कमी होईल. नेहमी एकाच आसनावर, बैठकीवर किंवा खुर्चीवर बसून ध्यान करा. त्यामुळे मानसिक स्तरावर ध्यान अवस्थेत जायला मदत होईल.

रोज सकाळी उठल्यावर आपण अगदी सहजपणे दात घासणे, आंघोळ करणे असे विधी पार पाडत असतो. त्यासाठी आपल्याला मनाची विशेष तयारी करावी लागत

नाही. कारण वर्षानुवर्षं ही कामं केल्यानं आपल्या शरीराला सकाळी उठल्यानंतर ही कामं करायची सवय झालेली असते. त्याचप्रमाणे आपल्या शरीराला आणि मनाला ध्यानाची सवय लावायची आहे. त्यासाठी ठरावीक वेळी, ठरावीक आसनावर बसायचं आहे. त्या आसनावर बसताच विचारांपासून अलिप्त व्हायची सवय लावून घ्यायची आहे. त्यावेळी मनात काही चांगले विचारही येतील, पण आपण त्या चांगल्या विचारांच्या मागे जायचं नाही. विचार चांगले

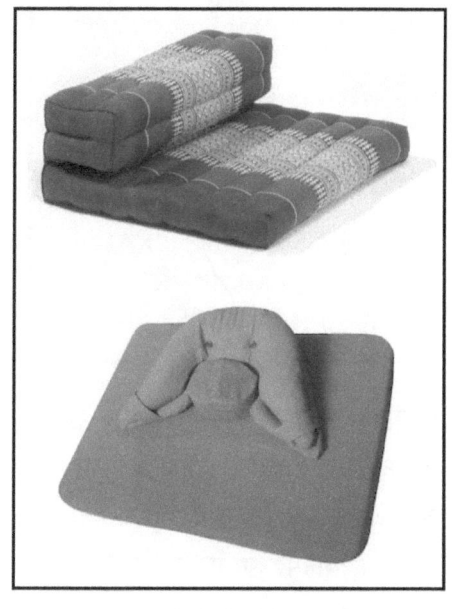

असोत किंवा वाईट, पण आपण त्यांना दुरूनच बघायचं आहे, त्यांत अडकायचं नाही. ध्यानाला बसल्यानंतर केवळ ध्यानच करायचं आहे. ध्यानासाठी वेगळं आसन ठेवल्यामुळे त्या आसनावर बसताच विचारांपासून वेगळं व्हायची सवय लागते.

९. ध्यानासाठी एकाच मुद्रेत बसण्याचं महत्त्व

ज्याप्रमाणे ध्यानासाठी एकच वेळ, एकच आसन असावं, त्याप्रमाणे ध्यानाची मुद्राही एकच असावी. नियमितपणे एकाच मुद्रेत ध्यान करण्याचे अनेक फायदे आहेत. यामुळे ध्यानाच्या सखोल अवस्थेत जायला मदत होते. तुम्ही एका हाताची किंवा दोन्ही हातांची मुद्रा करू शकता. काही लोक ध्यानात एकाच हाताची मुद्रा करतात. एका हाताची ध्यानमुद्रा केल्यानं काय होतं? समजा, तुम्ही एका हातानं लिहिणं, चालणं, फिरणं, काही ठेवणं, भरणं किंवा अन्य काही काम करत असाल, तरी दुसऱ्या हाताची ध्यानमुद्रा करून ध्यानाचा आनंद घेऊ शकता आणि बाह्य जगात असूनही जागृत अवस्थेत राहू शकता. एखाद्या कामात काही तणाव जाणवत असेल, परीक्षेत मनावर ताण जाणवत असेल, तर तुम्ही ही सवयीची ध्यानमुद्रा केल्याने त्या तणावातून त्वरित मुक्त होऊ शकाल. मनावर ताण आला असेल तर त्यावेळी ध्यानमुद्रा करावी. एका हाताचा अंगठा आणि तर्जनी जुळवून केलेली मुद्रा ही ध्यानमुद्रा असते. यामुळे शरीर आणि मन यांना

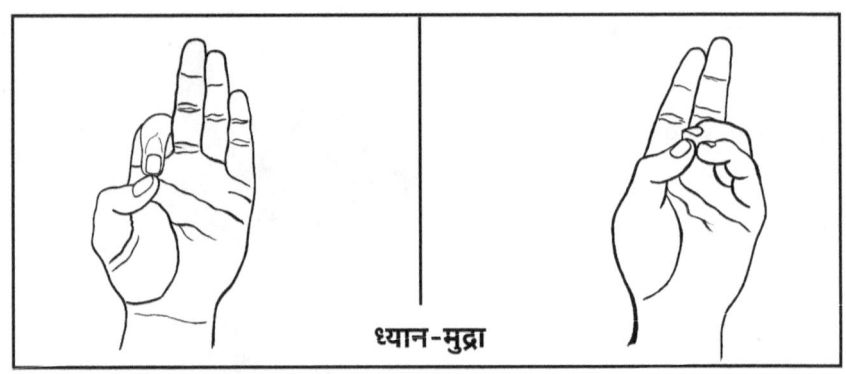

ध्यान-मुद्रा

एकमेकांशी जोडलं जातं. या मुद्रेमुळे तुम्ही त्वरित स्वध्यान केंद्रित करून मनावरचा ताण हलका करू शकाल. कारण आपण इंटरव्ह्यूच्या हॉलमध्ये आहोत, एखाद्या मंचावर आहोत की अन्य ठिकाणी, हे शरीराला समजत नसतं. ही जाणीव मन त्याला करून देतं. म्हणूनच ध्यानमुद्रेच्या मदतीनं तुम्ही शरीराला संदेश देऊ शकता, की आता आपल्याला ध्यान अवस्थेत जायचं आहे. ध्यानमुद्रेच्या अवस्थेत तुम्हाला गर्दीतही शांतता अनुभवता येऊ शकते. मग स्व-ध्यानावरून हटलेलं ध्यान पुन्हा केंद्रित करून तुम्ही चिंतेतून आणि तणावातून बाहेर येऊ शकता.

एखादा निर्णय घेतानासुद्धा तुम्ही ध्यानमुद्रेचा उपयोग करू शकता. मुद्रा अनेक प्रकारच्या आहेत. प्रत्येक मुद्रेचं स्वत:चं असं एक खास महत्त्व आहे. प्रत्येक मुद्रेत बोटांच्या आणि तळहाताच्या काही विशिष्ट बिंदूंवर दाब पडल्याने आरोग्य सुधारायला मदत होते. पण आता आपण ध्यानमुद्रेचा विचार करत आहोत. कारण अचूक निर्णय घेण्यासाठी मन जागृत, एकाग्र आणि सत्याशी निगडित असणं आवश्यक असतं. हे ध्यानामध्येच शक्य असतं. पण निर्णय घेताना ध्यान-अवस्थेत जाणं शक्य नसेल, तर या मुद्रेच्या मदतीनं तुम्ही जिथे असाल तिथे, असेल त्या परिस्थितीत ध्यानाचा अनुभव घेऊन, मन एकाग्र करू शकता, उचित निर्णय घेऊ शकता. ज्यावेळी तुम्हाला शांत होण्याची आवश्यकता असते, तेव्हा या मुद्रेच्या साहाय्याने आपण त्वरित शांत होऊ शकता.

ध्यान करताना एकाच आसनावर बसायचं आहे. ध्यानात आपलं शरीरच दुसरं आसन बनावं, अशी तयारी आपल्याला करायची आहे. एकदा का आपलं शरीरच आसन बनलं, की या मुद्रेच्या साहाय्याने आपण त्वरित शांत होऊ शकता. एवढंच नव्हे, तर प्रगाढ शांतीच्या अवस्था प्राप्त करून ध्यानाच्या सखोलतेत प्रवेश करू शकता.

१०. पाठीचा मणका सरळ ठेवा

पाठीचा मणका म्हणजे जणू शरीराचा आधारस्तंभ. शरीराचं संतुलन साधण्याचं काम मणका करत असतो. ज्या लोकांना ध्यानसाधनेत उच्च पातळीपर्यंत पोहोचायचं आहे, त्यांनी एक गोष्ट नेहमीच लक्षात ठेवली पाहिजे ती म्हणजे ध्यान करताना पाठीचा कणा सरळ असावा. ध्यान करता करता पाठीला बाक येऊ देऊ नये. पण मणक्यात ताण जाणवेल इतकाही तो ताणू नये. पोक काढून ढिलं बसू नये आणि पाठीला रग लागेल इतकं मणक्यावर ताण देऊनही बसू नये. ध्यानासाठी बसताना, पाठीचा मणका सरळ राहील अशा सहज स्थितीत बसावं.

पाठीचा कणा ताठ ठेवण्याचा आणखी एक फायदा असा आहे, की पृथ्वीचा चुंबकीय परिणाम (गुरुत्वाकर्षणीय परिणाम) शरीराच्या सर्व भागांवर समान प्रमाणात होतो त्यामुळे शारीरिक त्रास होत नाही. पण जर पृथ्वीचा गुरुत्वाकर्षणीय परिणाम शरीरावर कुठे कमी, कुठे जास्त झाला, तर शरीरात ताण आणि वेदना जाणवू लागतात. हे ताण टाळण्यासाठी शरीर अशा एका बिंदूवर स्थिर करावं जिथे शरीरावर सर्वत्र पृथ्वीचा गुरुत्वाकर्षणीय परिणाम समान असेल. अशा बिंदूवर शरीर स्थिर केलं तर न थकता बराच काळ आपण स्थिर बसू शकतो. अथकपणे आपण अधिकाधिक काळ स्थिर बसणं शक्य व्हावं हाच आसनाचा उद्देश असतो.

११. ध्यानासाठी शरीराला अनुकूल आसन निवडा

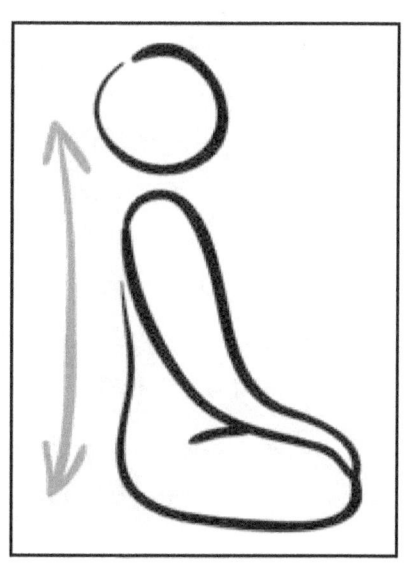

ध्यानासाठी जमिनीवर एखादं जाजम किंवा सतरंजी अंथरून तुम्ही आसन तयार करू शकता. तुम्हाला जर जमिनीवर फार वेळ बसता येत नसेल, तर ज्यावर तुम्ही बराच काळ स्थिर बसू शकाल असं एखादं नरम आसन घ्या. प्रत्येकानं आपल्या प्रकृतीप्रमाणे आसन निवडून त्यावर बसून ध्यान मुद्रेत ध्यानस्थ व्हावं. अशा अनुकूल आसनावर बसून तुम्ही जिथे असाल तिथे सकाळी किंवा

संध्याकाळी, समोर भिंत असताना, एकांतात किंवा निसर्गाच्या सान्निध्यात रोज एकाच निश्चित वेळी ध्यान करायचं आहे. तुमच्या आसपास लोक असोत किंवा नसोत पण ठरल्यावेळी ध्यान करायचंच आहे. आसपासचे लोक आपसात काही बोलत असले, तरी त्याकडे लक्ष न देता मन एकाग्र करून ध्यानावर ध्यान केंद्रित करायचं आहे. पण लोकांचं बोलणं तुमच्या आवडीचं असेल, तर तुमचं लक्ष तिकडे वेधलं जाऊ शकतं. त्यामुळे सुरुवातीला ध्यानाची सवय होईपर्यंत शांत वातावरणात, एकांतात (मौन कक्षात) ध्यान केलेलं जास्त चांगलं. ध्यान निरंतर चालू ठेवण्यासाठी सुरुवातीला या गोष्टींची काळजी घेणं आवश्यक आहे.

१२. ध्यानाचा काळ कमीत कमी वीस मिनिटं असावा

सुरुवातीला तुम्ही ध्यानासाठी बसाल, तेव्हा तुमच्या मनात अनेक प्रकारचे विचार येऊ लागतील. पण जेव्हा तुम्ही नियमितपणे ध्यान करू लागाल, तेव्हा मात्र ध्यानाला बसल्यावर काही वेळातच तुमच्या मनातले सगळे विचार नाहीसे होऊ लागतील. अल्पकाळातच ध्यानाचे लाभ मिळू लागतील. मग तुम्हाला जास्त वेळ ध्यानात बसावं लागणार नाही.

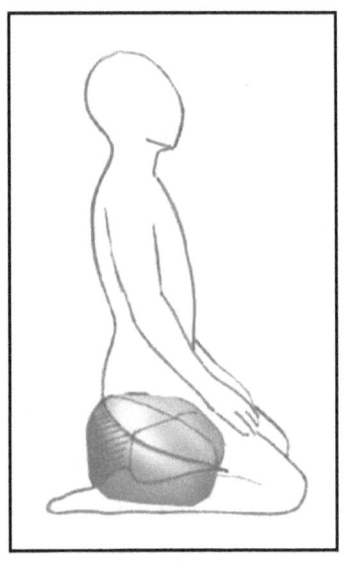

पण ही अवस्था प्राप्त करण्यासाठी सुरुवातीला कमीत कमी वीस मिनिटं ध्यान करायला हवं. कारण त्या वीस मिनिटांतली सुरुवातीची पाच-सात मिनिटं विचार स्थिर करण्यातच निघून जातात. मग वीस मिनिटं झाली की नाही? आता उठायचं का? हाच विचार येत राहील. केवळ पाच-सात मिनिटंच ध्यान होऊ शकतं. म्हणून सुरुवातीला निदान वीस तरी मिनिटं ध्यान करावं. नंतर ध्यानाचा काळ आपोआप वाढत जाईल.

ध्यानाची सवय असलेल्या काही लोकांना अशी भीती असते, की जर आपण ध्यानात गेलो आणि वीस मिनिटांऐवजी एक तास ध्यानात मग्न राहिलो, तर आपल्या

कामांचं कसं होणार? अशा वेळी पाचच मिनिटं झाली असली तरी वाटतं, की खूप वेळ झाला आहे. पण वेळ कळावी म्हणून ध्यानात वारंवार घड्याळ बघायला लागलो, तर ध्यान सलगतेनं होणार नाही. काही वेळा असं वाटतं, आपण थोडाच वेळ ध्यानात आहोत पण खरंतर खूप वेळ झालेला असतो. यावर उपाय म्हणून ज्या लोकांकडे ध्यानासाठी मोजकाच वेळ असेल, ज्यांना ध्यानानंतर कुठे कामासाठी जायचं असेल, त्यांनी ध्यानाचा कालावधी निश्चित करावा. ध्यानाची वेळ पूर्ण झालीय हे कळण्यासाठी घड्याळाचा गजर लावून ठेवावा. स्वस्थ चित्तानं ध्यान करण्यासाठी गजराच्या घड्याळाचा वापर करावा.

आजच्या युगात ठरावीक वेळ झाल्याचा संकेत देणारी अनेक उपकरणं उपलब्ध आहेत. त्यांचा वापर करून तुम्ही हवा तितका वेळ ध्यान करू शकता.

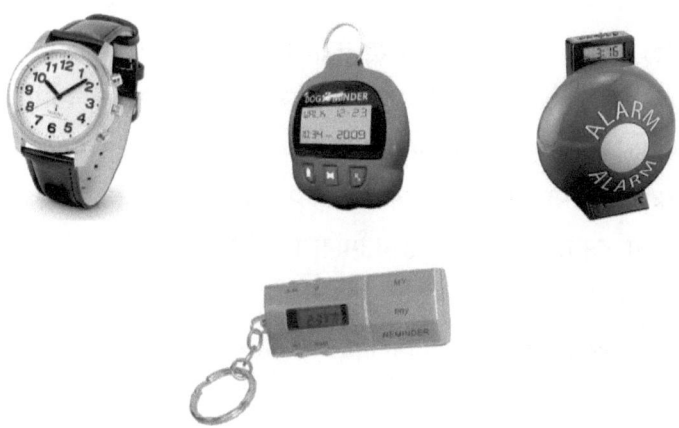

अध्याय
१४

महाध्यानासाठी शरीर ग्रहणशील बनवा

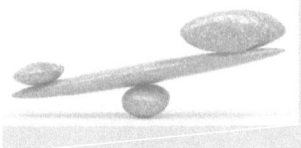

श्वास, वर्णमाला, शुभ इच्छा या ध्यानविधी आहेत

ध्यान साधण्यासाठी तुम्हाला एक विधी, एक पद्धत निश्चित करून दिली जाते. ध्यानासाठी बसल्यावर तुम्ही या विधीमध्ये ज्या सूचना दिल्या आहेत त्यानुसार कार्य करता. काही वेळानं तुम्ही ध्यान विधी विसरून विचारांमध्ये गुंतू लागता. पण थोड्या वेळानं पुन्हा तुम्हाला ध्यान विधीची आठवण होते आणि तुम्ही तिचा अवलंब करता. असं करता करता तुम्ही ध्यानात कुशल होता आणि समाधिअवस्थेपर्यंत पोहोचू शकता. ध्यान साधून समाधीपर्यंत पोहोचण्यासाठी तुम्हाला विविध पद्धती, विधी सांगितल्या जातात.

श्वासाधारित विधी

श्वासाच्या माध्यमातूनही ध्यान साधता येऊ शकतं. श्वास कधी आत जातोय... कधी बाहेर येतोय... यावर लक्ष केंद्रित करा. श्वासक्रियेवर लक्ष केंद्रित करणं म्हणजे वर्तमानावर लक्ष केंद्रित करणं होय. ध्यान म्हणजे वर्तमानात असणं. वर्तमानापासून दूर पळायचं असेल, तरच मनाची आवश्यकता असते. कारण मनाला भूतकाळात आणि भविष्यकाळात रमायला जास्त आवडतं. मनुष्य वर्तमानात असेल, तर मनाची आवश्यकता नसते. श्वसनक्रिया हे वर्तमानाचं प्रतीक आहे, तर श्वास हाच वर्तमान आहे. ती वर्तमानात घडणारी क्रिया आहे. त्यामुळे श्वासावर ध्यान केंद्रित केल्यानं वर्तमानात राहायला मदत होते. वर्तमानात स्थिर राहणं हेच खरंतर ध्यान आहे.

विधीतून शिफ्ट होऊन समाधीत जा

आपण ध्यान करावं यासाठी आपल्याला येथे एक विधी दिली आहे. ध्यानात बसल्यानंतर आपण त्या विधीवर कार्य करता. मात्र, नंतर आपल्याला तिचं विस्मरण घडतं. काही काळानंतर आपण पुन्हा त्या विधीवर काम करतो आणि असं करत असताना अखेर आपण समाधि-अवस्थेप्रत पोहोचतो. ध्यानासाठी वेगवेगळ्या विधी सांगितल्या गेल्या आहेत. जसं,

श्वासविधी

आपला श्वासोच्छ्वास चालू असतो, तेव्हा आपल्याला त्याची काळजी नसते. प्रत्येक श्वास सहजतेनं आत घेतला जातो आणि बाहेर सोडलाही जातो. श्वास बाहेर गेल्यावर आपण 'श्वास बाहेर तर गेला पण परत आत येईल की नाही' अशी चिंता करत नाही. आपल्या मनामध्ये श्वासोच्छ्वासाविषयी कोणत्याही प्रकारची भीती नसते. तद्वतच त्याविषयी आसक्ती वा लिप्तताही नसते. श्वासोच्छ्वास अव्याहत चालू असतो, हे आपल्याला माहिती असतं. म्हणून श्वासावर ध्यान एकाग्र करणं सहज शक्य होतं. आत येणाऱ्या आणि बाहेर जाणाऱ्या श्वासाला साक्षीभावानं, अलिप्ततेनं जाणण्याचं काम आपल्याला करायचं आहे. साधकाला समाधि-अवस्थेत पोहोचवणं, हाच निरनिराळ्या ध्यानविधींचा एकमात्र उद्देश आहे.

विधीतून समाधीकडे

समाधि-अवस्थेत श्वासोच्छ्वास अत्यंत धिम्या गतीनं चालू असतो. कधी कधी तो इतक्या हळूवारपणे चालू असतो, की तो चालू आहे, की नाही हेही साधकाला समजून येत नाही. याचाच अर्थ, एखाद्या विधीच्या साहाय्यानं सुरुवात झाली आणि नंतर साधकानं ती सोडून दिली. जसं, आपण एखाद्या नदीच्या किनाऱ्यावरून दुसऱ्या किनाऱ्यावर जाण्यासाठी नावेत बसतो आणि किनारा येताच नाव सोडून देतो. विधीदेखील साधकासाठी नावेचंच कार्य करते. विधीच्या साहाय्याने साधक समाधि-अवस्थेत, मौनावस्थेत पोहोचतो.

समय + आधी = समाधी

समयाची निर्मिती सृष्टीनंतर झाली आहे. सृष्टीची निर्मिती होण्यापूर्वी समय अस्तित्वात नव्हता. ती समयाच्या आधीची, समाधीची अवस्था होती, जिथे समयाचा

अंत झालेला असतो, तेव्हा समयान्त अवस्थेत गेलेले असता म्हणजेच तुम्ही समाधिअवस्थेत जाता. ध्यानाच्या सुरुवातीला विधीची, ध्यानपद्धतीची आवश्यकता असते. पण ध्यान साध्य होऊ लागल्यावर विधी समाप्त होत जाते आणि प्रज्ञा (मी कोण आहे? या प्रश्नाची जाणीव) जागृत होते. कारण सुरुवातीला खरी गोष्ट लक्षात येत नाही.

ध्यानात केवळ उपस्थित राहा

रोज झोपण्यासाठी आपण काय करतो? आपण केवळ अंथरुणावर आडवे होतो. डोळे मिटतो. मग झोप आपोआपच येते. त्यासाठी काही विशेष प्रयत्न करावे लागत नाहीत. जी माणसं झोप यावी म्हणून काही प्रयत्न करतात, त्यांच्यापासून झोप दूर जात राहते.

मनुष्याची प्रज्ञा जेव्हा जागृत होते, तेव्हा ध्यानातही हेच होतं. सातत्यानं ध्यान केलं आणि ध्यानाची सवय झाली, की ध्यानाबाबतही असंच होतं. तुम्ही ध्यानाची इच्छा करताच विशेष काहीही न करता तुम्ही ध्यान साध्य करू शकता. काहीही न करता ध्यानाच्या अवस्थेत नुसतं बसून राहिलं तरी ध्यान साधलं जातं. परंतु ध्यान साधण्याचा प्रयत्न करत राहिलं, तर ते साधलं जाणार नाही. ध्यान साधण्यासाठी मन धडपडत राहतं आणि ध्यानात व्यवधान निर्माण होतं. व्यवधानं टाळून सहजतेनं ध्यानाकडे जाण्यासाठी मनाला योग्य दिशा द्यावी लागते. त्यासाठी विशिष्ट विधी सांगितल्या जातात. खरंतर या विधी असतात काहीतरी वेगळं मिळवण्यासाठी, समाधी मिळवण्यासाठी. जसं झोपेचा विचार करत राहिल्यानं झोप येत नाही, तसंच ध्यानाचा विचार करत राहिल्यानं ध्यान साधलं जात नाही. ध्यानाद्वारे मनाला एखादा विधी दिला गेला तर सत्य प्राप्त होऊ शकतं.

ध्यान हे एक तंत्र आहे. म्हणून ध्यान साधण्यासाठी वेगवेगळ्या विधींची निर्मिती झाली. विधी एक साधन आहे. तुम्ही जर त्या साधनातच अडकून राहिलात, तर साध्य साधलं जाणार नाही. 'ध्यान साधलं गेलं का? समाधी अवस्था आली का? शरीराची जाणीव होतेय का?' असे प्रश्न मनात येत राहतात. मन ध्यानाची परीक्षा घेत राहतं आणि ध्यान तुमच्यापासून दूर पळतं. पण जर तुम्ही कशाचाही विचार केला नाही, तर सहजतेनं ध्यान अवस्थेत प्रवेश करू शकाल.

ध्यान साधण्यासाठी काहीच करावं लागत नाही. केवळ उपस्थित असावं लागतं, हे ध्यानाविषयीचं वास्तव (secret) आहे. या उपस्थितीत तुमची एकच भूमिका असावी लागते. ती म्हणजे, 'मी ध्यानात उपस्थित आहे. ध्यान साधण्यासाठी, कृपा प्राप्त करण्यासाठी मी ग्रहणशील आहे.' तुम्ही स्वत:ला मानसिक आणि शारीरिक स्तरावर जितकं रिक्त ठेवाल, तितक्या लवकर ध्यान साधू शकाल.

ध्यानसाधनेचा संबंध ईश्वरभक्तीशी जोडला गेल्याने माणसाला ध्यानात ईश्वरी कृपा अपेक्षित असते. खरंतर ईश्वराची कल्पनाही माणसाच्या मनातच जन्म घेते. मग माणूस ध्यानात सतत ईश्वराचा काही साक्षात्कार होतो आहे का, ईश्वराचा काही अनुभव येतो का, याचा विचार करत राहतो. खरंतर माणूस हा ईश्वराच्या अभिव्यक्तीचं माध्यम असून त्याचं शरीर हे ईश्वरीय कार्याचं साधन आहे. ईश्वर तुमच्यातून स्वत:चा अनुभव घेत असतो. तुम्ही स्ववर केंद्रित राहिलात, सेल्फवर स्थिर राहिलात तरच ईश्वराची अनुभूती घेऊ शकाल. त्यासाठी तुम्हाला ग्रहणशील राहायचं आहे. आपल्यावर होणारी कृपा वारंवार पडताळून पाहायची नाही. स्वत:च्या अंतरंगात जाणं आणि 'स्व'चा शोध घेणं हाच ध्यानाचा मुख्य उद्देश आहे.

तुम्ही सत्यश्रवण करत असता किंवा सत्यपठन करत असता त्यावेळी ग्रहणशील असता. ज्यावेळी आपण बोलत असता, त्यावेळी आपलं ध्यान बाहेर भरकटत असतं. ग्रहणशील होण्यासाठी आपल्याला जे ईश्वराकडून मिळतंय त्यात कोणतीही बाधा न येता आपण लगेच ग्रहणशील बनाल. अहंकार जितका मोठा तितका अडथळा मोठा असतो. हा 'अहं', आपल्याला 'स्व'पर्यंत पोहोचू देत नाही. मात्र अहंकार समर्पित होताच स्वदर्शन म्हणजेच आत्मसाक्षात्कार सहज शक्य होतो. पण अहंकार ईश्वराच्या मूर्तीसमोर उभा राहून विचारतो, 'परमेश्वर कुठे आहे? ध्यान कुठे आहे? या मंदिरात तर कोणी दिसत नाही.' तेव्हा ध्यान करणारा मनुष्य जर समज प्राप्त केलेला असेल तर म्हणेल, 'ठीक आहे, इथे कोणीही नाही, पण आधी तू दूर हो. कारण तूच या ध्यानात बाधा आहेस.' अशा प्रकारे वादविवाद घालून आपण जिंकू शकत नाही. अशानं तो आणखी वाढत जातो. त्याला नाहीसं करायचं असेल, तर केवळ कृपेची आवश्यकता असते. अशी कृपा मिळवायची असेल, तर ध्यानात केवळ उपस्थित राहणं आवश्यक असतं.

ग्रहणशीलतेचं सहज आसन

ध्यानसाधनेत सगळ्यात मोठा अडथळा असतो तो अहंकाराचा, हे आपण पाहिलं. पण तरीही सातत्यानं ध्यान केल्यावर कृपा प्राप्त होते. कृपा प्राप्त झाल्यावर अहंकाराचं वर्चस्व कमी होऊ लागतं. ही कृपा असते आपल्यातील सेल्फची, ईश्वराची. 'स्व'वर ध्यान केंद्रित केल्याने अहंकार आपोआप विलीन होतो. अहंकारामुळे मनुष्याची मान ताठरते. ती सैल व्हावी म्हणून कृपेची आवश्यकता असते. कृपेने अहंकाररूपी मानेची मालिश होते आणि ती पूर्ववत होते. म्हणजे माणसाचं मन आनंदित होतं, ते शांत बसतं. मन शांत झाल्याने परमेश्वराचं दर्शन (स्वदर्शन) होतं. मात्र या दर्शनासाठी केवळ आपल्याला उपस्थित राहायचं आहे, जे अगदी सहज आहे. कृपा होतच असते पण विविध विचारांची बाधा मध्ये येत असते. अशा वेळी तुम्ही या सर्व गोष्टी अलिप्तपणे बघत राहायच्या आहेत. त्यावर कुठलंही मतप्रदर्शन करायचं नाही, काहीही लेबल लावायचं नाही. केवळ शांत राहायचं आहे. ध्यानादरम्यान जे घडत असतं, ते शांतपणे, अलिप्तपणे स्वीकारायचं आहे, ग्रहण करायचं आहे. स्वतःला सतत आठवण करून द्यायची आहे- 'मी ग्रहणशील आहे. कारण ग्रहणशीलता हेच कृपेसाठी सहज आसन आहे. जे मौन माझ्याकडे येत आहे, ते स्वीकारण्यासाठी मला केवळ उपस्थित राहायचं आहे.' अशा अवस्थेत कृपा होणं हेच ध्यानासाठी योग्य आणि सहज आसन आहे.

अध्याय
१५

महाध्यान

भूत-भविष्यतातून मुक्ती म्हणजेच समंजसपणा

ध्यानाचं ध्यान म्हणजे महाध्यान आणि हे वर्तमानातच करणं शक्य आहे. तुम्ही ध्यानाचं ध्यान करायला सुरुवात केल्यानंतरच खरं ध्यान सुरू होईल. तुम्ही वर्तमानावर ध्यान केंद्रित करत असताना जर लोकांनी तुम्हाला विचारलं, 'तुम्ही ध्यान करत आहात का?' तर तुमचं उत्तर असेल, 'नाही, मी ध्यानाचं ध्यान करतोय.' पण लोकांना मात्र त्याचा अर्थ कळणार नाही. ध्यानाचं ध्यान म्हणजे काय, हे जर लोकांना सांगायचं असेल, तर आधी तुम्ही ते नीट समजून घेतलं पाहिजे. ध्यानाचं ध्यान म्हणजे काय हे आता आपण जाणून घेऊया. त्यासाठी दोन मिनिटं हे ध्यान करा. हे ध्यान केल्यावरच तुम्ही या मागचं रहस्य समजू शकाल. साक्षी आणि स्व-साक्षी म्हणजे काय, हेही जाणू शकाल.

खाली दिलेल्या सर्व सूचना वाचल्यावर तुम्ही अगदी लगेचच हे ध्यान करू शकता.

ध्यानाचं ध्यान - अभ्यास

१. या ध्यानामध्ये आधी तुमच्या आजूबाजूची सगळी दृश्य शक्यतो नीट पाहा. या पूर्वीही तुम्ही ही दृश्य पाहत होताच, आजही पाहत आहात आणि यानंतरही पाहाल. मग आजच्या पाहण्यात कोणता फरक असायला हवा? आजपर्यंत जेव्हा कधी तुम्ही ही दृश्य पाहिली असतील, तेव्हा त्यातल्या वस्तू न्याहाळून पाहिल्याच नसतील. कारण त्या तुमच्या रोजच्या सवयीच्या, रोजच्या वापरातल्या असतील,

अतिपरिचयाच्या असतील. त्यामुळे तुमच्या मनानं हे आधीच मान्य केलेलं असतं, की या सर्व वस्तू, त्यांची नावं मला माहीत आहेत. हा खांब आहे, ही भिंत आहे, ही खिडकी आहे, हा पडदा आहे, हे बटण आहे, हा पंखा आहे... इत्यादी. मात्र रोज तुम्ही या वस्तू बघता, तशा या ध्यानाच्या अभ्यासात पाहायच्या नाहीत. आता तुमचं बघणं बदललेलं असेल.

२. तुमच्या सभोवताली असलेल्या प्रत्येक वस्तूकडे असं बघा, जणू काही त्या वस्तूचं नावही तुम्हाला माहीत नाही. कारण जेव्हा वस्तूला नाव दिलं जातं, तेव्हा तिच्याकडे बघणं थांबतं. कारण परिचित वस्तूंच्या प्रतिमा आपल्या मनात खूप खोलवर असतात. मग तुमच्यापुढे जर कोणी तुम्हाला माहीत असलेल्या एखाद्या वस्तूचं नाव जरी उच्चारलं, तरीही तिची एक ढोबळ आकृती लगेच तुमच्या डोळ्यांसमोर येते. उदाहरणार्थ, कप-बशी, असं म्हणताच डोळ्यांपुढे कप आणि बशी येते. एवढंच काय पण गरम गरम चहाचा स्वादही आठवतो. सायकल, असं उच्चारताच डोळ्यांपुढे सायकल उभी राहाते. घड्याळ, असं म्हणताच घड्याळ त्याच्या टिकटिकीसह मन:चक्षूंपुढे अवतरतं. म्हणूनच जेव्हा वस्तूचं नाव हटवून तुम्ही तिच्याकडे बघाल, तेव्हाच तिच्याकडे नव्यानं बघू शकाल.

३. कोणत्याही वस्तूकडे बघताना जेव्हा तुम्ही असं समजाल, की मला या वस्तूचं नावही माहीत नाही, तेव्हाच तुम्ही त्या वस्तूचं नीट निरीक्षण करू शकाल. त्यानंतर तुम्हाला आश्चर्य वाटून त्या वस्तूत तुम्हाला आतापर्यंत न दिसलेली काही वैशिष्ट्यंही दिसू शकतील. या सरावात प्रत्येक गोष्टीकडे तुम्ही एखाद्या लहान मुलाच्या नजरेनं बघू शकाल. लहान मूल कसं प्रत्येक गोष्टीकडे आश्चर्यानं बघत असतं. कारण त्यानं ती गोष्ट पहिल्यांदाच पाहिलेली असते. वास्तविक त्याला त्या गोष्टीचं नावही माहीत नसतं, म्हणून त्याला त्या गोष्टीचं नावीन्य असतं. तिच्याविषयी आश्चर्य वाटत असतं आणि यासाठीच प्रत्येक गोष्ट ते आनंदानं, रुची घेऊन बघत असतं. म्हणूनच अध्यात्म जाणून घेणं म्हणजे पुन्हा एकदा लहान होणं, परत एकदा आश्चर्य करायला शिकायचं. तेव्हा ध्यानाचं ध्यान शिकायचं असेल तर असं आश्चर्य, असा अनुभव वृद्धपणी नव्हे, तर अगदी लवकरात लवकर जीवनात येऊ द्यायला हवी. ध्यानाचं ध्यान करण्यासाठी कोणत्याही वस्तूला, दृश्याला लेबल न लावता (त्या वस्तूचं नाव न घेता) योग्य

रीतीनं, नावीन्यानं बघायची कला शिकून घ्यायला हवी.

४. दृश्य बघताना तुमचं लक्ष कुठे अडकून राहतं, कुठून दूर होतं, कुठे गुंतून राहतं, याकडे बारकाईने लक्ष द्या. आपलं ध्यान कधी, कुठे आणि कसं जातं, किती वेळ राहतं, हे जाणून घेणं म्हणजेच ध्यानाचं ध्यान करणं होय.

५. सुरुवातीला हे ध्यान उघड्या डोळ्यांनी आणि नंतर बंद डोळ्यांनी करायचं आहे. बंद डोळ्यांनी ध्यान करताना आसपासच्या आवाजांवर आणि आपल्या विचारांवर ध्यान केंद्रित करायचं आहे. आपल्या शरीरात वेगवेगळ्या भावना निर्माण होत असतात. त्यांनाही काही लेबल न लावता, कुठलंही नाव न देता त्यांच्यावर ध्यान केंद्रित करायचं आहे.

६. सर्वांत आधी तुमच्या आजूबाजूला ज्या काही वस्तू असतील त्या सर्व बघायला सुरुवात करा. एका वस्तूकडे बारकाईनं बघून झाल्यावर दुसऱ्या वस्तूकडे बघा. मग तिसऱ्या वस्तूकडे बघा. त्या सर्व वस्तूंकडे असं बघा जसं काही तुम्ही ती पहिल्यांदा बघत आहात आणि तुम्हाला तिचं नावही माहीत नाही. प्रत्येक वस्तूकडे बघताना मनात असं म्हणा, 'अरे, ही कोणती वस्तू आहे? मला तर माहीतच नाही. ही वस्तू माहीत नाही, एवढंच मला माहीत आहे. यालाच तेजज्ञानाची अवस्था असं म्हटलंय. याचाच अर्थ, मला माहीत आहे, की मला माहीत नाही. त्याच अवस्थेत राहून तुम्हाला हे (दृश्य बघण्याचं) ध्यान करायचं आहे. तुमच्या आजूबाजूला कोणते लोक आहेत, मुलगा आहे की मुलगी, हेसुद्धा तुम्हाला माहीत नाही, असं समजून हे संपूर्ण ध्यान करायचं आहे.

७. उघड्या डोळ्यांनी करायचं ध्यान पूर्ण झाल्यावर डोळे बंद करून आसपासचं वातावरण अनुभवायचा प्रयत्न करा. तुमच्या आसपासचं वातावरण कसं आहे, थंड आहे की गरम आहे, हे जाणा. पाय जड झाले आहेत, की अवघडले आहेत, शरीर थकलेलं आहे की झोप येतेय, हे जाणा.

८. उघड्या डोळ्यांनी सर्व गोष्टी बघितल्यावर आपल्या शरीराकडेही बघा. समजा, तुम्ही स्वतःच्या हाताकडे बघत असाल तर हा माझा हात आहे, असं म्हणू नका. स्वतःच्या अवयवांकडे बघतानाही असाच विचार करायचा आहे, हे जे काही आहे ते मला माहीत नाही. अशा विचारानं आपल्या शरीराकडे बघितलं तरच

त्याच्याकडे अलिप्तपणे बघू शकाल.

९. आता डोळे बंद करून आपल्या शरीराविषयी अलिप्त राहण्याचा प्रयत्न करा. तुम्ही शरीरासोबत आहात, शरीर नाही, हे लक्षात घ्या. तुम्ही शरीरासोबत म्हणजे शरीराचे मित्र आहात, साथीदार आहात. त्याच नात्यानं शरीरातल्या प्रत्येक भावनेकडे अलिप्तपणे बघा. शिवाय त्या भावनांविषयीही हाच विचार मनात असू द्या, की ही कोणती भावना आहे, हे मला माहीत नाही.

१०. आता तुमच्या आसपास होणारे छोटे-मोठे सर्व आवाज ऐकण्याचा प्रयत्न करा. एकाच आवाजावर ध्यान केंद्रित करू नका. आसपासचे विविध आवाज ओळखायचा प्रयत्न करा. अगदी लहानातला लहान आवाजही ऐकायचा प्रयत्न करा. एक आवाज ओळखल्यावर दुसरा आवाज ऐकायचा आणि जाणून घेण्याचा प्रयत्न करा.

११. बाहेरच्या गोष्टी समजून घेतल्यावर आपल्या मनात चाललेले विचारही समजून घ्या. आता कोणते विचार चालले आहेत, विचार पूर्णपणे थांबलेले आहेत, की 'आता कोणताही विचार नाही' हा विचार टिकून आहे हेही समजून घ्या.

१२. दोन मिनिटं हे ध्यान करा आणि मग हळूहळू डोळे उघडा.

हे ध्यान केल्यावर तुम्हाला प्रसन्नतेचा अनुभव येईल. तुमचं ध्यान कुठे असतं? कुठल्या विचारात गुंतून राहतं? कोणत्या विचारांमागे धावत असतं? कोणते विचार सोडून देतं? कोणत्या विचारात अडखळतं? अशा सर्व गोष्टी तुम्ही या ध्यानाच्या माध्यमातून समजून घेऊ शकाल. या ध्यानाद्वारे तुम्ही ध्यानाचं ध्यान करायला शिकाल, जो खूप महत्त्वाचा टप्पा आहे.

या ध्यानामुळे तुमच्या विचारांना योग्य दिशा मिळेल. त्यामुळे विनाकारण येणारे विचार आपोआपच नाहीसे होऊ लागतील. यामुळे तुमची एकाग्रता वाढू लागेल. हा तुमच्यासाठी खास बोनस असेल. विशेषत: आजपर्यंत स्वत:बद्दलही ज्या गोष्टी तुम्हाला माहीत नव्हत्या, त्या सूक्ष्मातिसूक्ष्म गोष्टी तुम्ही जाणून घेऊ शकाल. या ध्यानामुळे तुम्हाला स्वत:चीच नव्यानं ओळख होईल.

कल-कल थांबवा, स्वसाक्षीचे साक्षी व्हा

'जो मुक्त हुआ कल से, उसके काम होते हैं अकल से।' अशाप्रकारे आपल्याला अकलेची खिडकी उघडायची आहे. वर्तमानात राहून ध्यान करायचं आहे. ध्यानाचं ध्यान म्हणजे महाध्यान करायचं आहे. महाध्यानाचं ध्यान म्हणजे स्रोताचं ध्यान असून हाच परमेश्वरप्राप्तीचा मार्ग आहे. त्यासाठी वर्तमानात राहा. वर्तमानात जे चाललं आहे, त्याचे साक्षी व्हा. साक्षीचं साक्षी होणं म्हणजे स्व-साक्षी होणं. यालाच अध्यात्मात ध्यानाचं ध्यान असं म्हटलं जातं. अध्यात्मात हीच कडी निखळलेली (मिसिंग लिंक) आहे. जगभरात अनेक लोक ध्यान करत आहेत. पण अजूनही कित्येकांनी ध्यानाचा अंतिम टप्पा गाठलेला नाही. कारण लोक ध्यानाच्या केवळ लाभातच अडकलेले आहेत. ध्यानाचे लाभ महत्त्वाचे आहेतच, पण आपण त्याच टप्प्यावर थांबायचं नाही. त्या पुढेही एक टप्पा आहे आणि तो समजून घेणं जास्त महत्त्वाचं आहे.

साक्षीचं साक्षी होणं म्हणजे ध्यानाच्या स्रोतावर (सोर्सवर) ध्यान केंद्रित करणं. अर्थात स्वध्यान करणं. तिथे कोणताही अडथळा नसतो, अडसर नसतो. साक्षीचं साक्षी होता आलं तरच खरं ध्यान होऊ शकतं. पण जोपर्यंत, 'मी कोण आहे' हे आपल्याला माहीत नसतं, तोपर्यंत साक्षीचं ध्यान म्हणजे काय, हे आपल्यापैकी कोणीही समजून घेऊ शकणार नाही. जेव्हा आपण, 'मी कोण आहे' हे ध्यान करतो, तेव्हा हळूहळू आपण स्वतःवर परततो आणि समाधीचा अनुभव घेतो. तेव्हाच तुम्हाला साक्षीचं साक्षी अर्थात स्वसाक्षी म्हणजे काय, हे लक्षात येईल. जेव्हा आपण झोपेत असतो, तेव्हा स्वसाक्षी असण्याचा अनुभव घेत असतो. पण तेव्हा तिथे कोणी साक्षी नसतं. तोच अनुभव जेव्हा जागृत अवस्थेत घेऊ शकाल, तेव्हाच स्वसाक्षी बनाल आणि स्वसाक्षी (महाध्यान) ही अंतिम अवस्था आहे.

ध्यानसाधनेतील प्रत्येक टप्पा महत्त्वाचा आहे, परंतु त्यातील कोणत्याही एका टप्प्यावर थांबून न राहता सतत पुढे जायचं आहे. जेव्हा तुम्ही बाह्य गोष्टींचं ध्यान करत असाल, तेव्हा कोणत्याही गोष्टीत अडकायचं किंवा गुंतायचं नाही. त्यासाठी ध्यानाचं प्रशिक्षण आवश्यक आहे. प्रत्येक दृश्य बघत असताना त्यात ध्यान कुठे गुंतत आहे हे पाहा, त्याचं कारण जाणून घ्या. आपल्या ध्यानासंबंधी प्रत्येक गोष्ट जाणून घ्या. ध्यानाविषयीची जागृती तुमच्यात क्रांतिकारी परिवर्तन घडवून आणेल.

ध्यानात तीन प्रकारचं दर्शन

ध्यान करताना तीन प्रकारे दर्शन केलं पाहिजे. यातलं पहिलं दर्शन आहे– स्वत:चं दर्शन. दुसरं दर्शन आहे– शरीराचं दर्शन, ज्याचा तुम्ही वापर करत आहात आणि तिसरं दर्शन आहे– शरीर इंद्रियांमुळे दिसू शकणाऱ्या जगाचं दर्शन. या तिन्हींचं सत्य दर्शन होतं ते ध्यानाचं ध्यान केल्यामुळे. ज्या कार्याची सुरुवात योग्य होते ते कार्य यशस्वीपणे पूर्णत्वाला जातं आणि सुरुवातच चुकीची झाली, तर त्याचा अंतही अयशस्वी होतो. म्हणूनच ध्यानाचं ध्यान करण्याची सुरुवात आपण योग्य प्रकारे करायची आहे.

आपली इंद्रियं आहेत पाच आणि त्या पाच इंद्रियांशी जोडली गेलेली पाच विश्वं आहेत. त्या पाच विश्वांचं वास्तव जाणून घेता घेता मनुष्याचं आयुष्य संपून जाईल इतकी ती विश्वं गहन आणि विस्तृत आहेत. म्हणूनच सत्याचं दर्शन घेण्यासाठी सुरुवातीपासूनच आरंभ करूया. सर्वांत प्रथम स्वत:चं सत्य, मग शरीराचं सत्य आणि नंतर शरीरमाध्यमातून प्रकट होणाऱ्या विश्वाचं सत्य.

स्वत:बद्दलच्या सत्याचं दर्शन सुरू होतं. ते, 'मी कोण आहे,' या मूळ प्रश्नानं. स्वत:चं सत्य जाणून घेण्यासाठी स्वत:ला हा प्रश्न विचारा. खरंतर प्रश्न विचारणारेही तुम्हीच असाल आणि त्या प्रश्नाचं उत्तर देणारेदेखील तुम्हीच असाल. ही दोन्ही रूपं तुमच्यातच आहेत. ही रूपं जागवण्यासाठी, योग्य उत्तर मिळवण्यासाठी गुरूचं मार्गदर्शन आवश्यक असतं. पण बाह्य गुरू उपस्थित असतो, तो तुमच्या आतील गुरूला जागृत करण्यासाठी.

विचार करण्यासाठी शक्ती संपूष्टात येते, तेव्हा आपलं ध्यान केवळ तेजस्थानावर (हृदयावर) ध्यान केंद्रित करायला हवं. मन जर अन्य विचारांत गुरफटू लागलं, तर पुन्हा त्याला 'मी कोण आहे' हा प्रश्न विचारा आणि पहिल्या सत्यावर घेऊन या. अशा प्रकारे योग्य रीतीनं ध्यान करून सत्य जाणून घ्या.

ध्यानात स्वत:ला, 'मी कोण आहे', हा प्रश्न विचारल्याने सत्याचं दर्शन घडतं. त्यानंतर तुम्हाला समजतं, की आपण जर शरीर नाही तर मग कसं जगायला हवं? समजा, एखादा राजा स्वत:चं राजेपण, वैभव सगळं काही विसरलेला आहे आणि म्हणून तो भिकाऱ्याचं जीवन जगतो आहे, तर त्याचं भीक मागणं केव्हा थांबेल? जेव्हा त्याला, तो कोण आहे, हे आठवेल तेव्हाच तो भीक मागणं थांबवेल ना? त्याचप्रमाणे आपल्याला

जेव्हा स्वत:ची खरी ओळख पटेल, स्वत:विषयी सत्य समजेल, तेव्हाच आपण त्या सत्याप्रमाणे जीवन जगायला सुरुवात करू. म्हणूनच जीवन योग्य प्रकारे जगण्यासाठी सत्य जाणून घेतलं पाहिजे. त्यासाठीच जोपर्यंत सत्याची अनुभूती होत नाही, तोपर्यंत ती प्राप्त करण्यासाठी ध्यान करायचं आहे.

आजच्या धकाधकीच्या जीवनात प्रत्येक जण काही न काही मिळवण्यासाठी शरीरानं आणि मनानंही सतत धावतोय. पण या धावपळीतही काही वेळ स्वत:साठी दिला, तर सत्याचं दर्शन होऊ शकतं, जागरूकता येऊ शकते. ध्यान म्हणजे काय? जीवनाच्या धावपळीत स्वत:ला दोन मिनिटं थांबवण्याची कला शिकणं म्हणजे ध्यान. दोन मिनिटं मौन राहण्याची क्षमता प्राप्त करणं म्हणजेच ध्यान आहे.

अध्याय १६

संपूर्ण ध्यान
मी कोण आहे

रोज स्नान करणं जितकं आवश्यक आहे तितकंच दररोज 'संपूर्ण ध्यान' (The Complete Meditation) करणंही आवश्यक आहे. स्नानानं जशी शरीराची स्वच्छता होते, तशीच ध्यानानं मनाची स्वच्छता होते. दररोज दिवसभरात अनेक विचार मनात ठासून भरले जात असतात. ते रोजच्या रोज साफ केले नाही, तर विचारांचा गुंता होतो. मग नव्या विचारांवरही जुन्या विचारांचा प्रभाव पडायला लागतो. मन प्रदूषित होतं. सत्य-असत्य यांतील फरक कळेनासा होतो. संपूर्ण ध्यानामुळे मनातले विचार नाहीसे होऊन मन स्वच्छ, ताजं आणि प्रसन्न होतं. नवीन अनुभव घेण्यासाठी सिद्ध होतं. स्वबोधाचा आनंद घेऊ शकतं. हे ध्यान खाली दिलेल्या पद्धतीनं करावं. त्या आधी हा अध्याय वारंवार वाचा. संपूर्ण ध्यान पद्धती पूर्णपणे समजून घेऊन लक्षात ठेवा किंवा ध्यानासाठीच्या साऱ्या सूचना रेकॉर्ड करून त्याप्रमाणे ध्यान करा.

१. डोळे बंद करून ध्यानाच्या आसनावर, सुखासनात योग्य मुद्रा (ध्यानमुद्रा) धारण करून बसा.

२. शरीर स्थिर ठेवा आणि तुमच्या आसपासचे सारे आवाज ऐकायचा प्रयत्न करा. त्यातले कमीत कमी पाच वेगवेगळे आवाज ओळखायचा प्रयत्न करा. यावेळी अजिबात घाई गडबड करू नका. शांतपणे एकेक आवाज ओळखून पुढच्या आवाजावर लक्ष केंद्रित करा. कोणत्याही एकाच आवाजात गुंतून न राहता एकेक आवाज जाणत राहा.

३. एका आवाजात अनेक आवाज असू शकतात. जसं, पंख्याचा आवाज येत असेल, तर त्यातही छोटे छोटे अनेक वेगवेगळे आवाज असू शकतात. ते लक्षपूर्वक ऐकायचा प्रयत्न करा. उदाहरणार्थ, वेगवेगळ्या लोकांच्या बोलण्याचा, हसण्याचा, भांडणाचा, भांड्यांचा, मुलांच्या खेळण्याचा, वेगवेगळ्या वाहनांच्या हॉर्नचा, काही वस्तू पडल्याचा, प्राण्यांचा-पक्ष्यांचा, पाण्याचा, रेडिओचा, टी.व्ही.चा आवाज. असे विविध आवाज आपल्या आसपास होत असतात. जेव्हा कोणताही आवाज नसेल तेव्हा मौनाचा आवाज ऐकायचा प्रयत्न करा. शांतता अनुभवण्याचा प्रयत्न करा.

४. तुमच्या चारही बाजूंनी येणारे सर्व प्रकारचे आवाज ऐकण्याचा प्रयत्न करा. समजा, तुम्ही विमानाचा आवाज ऐकला, तर त्यातदेखील वेगवेगळे आवाज असतात. त्या आवाजातील भिन्नता जाणा. सूक्ष्मातिसूक्ष्म आवाज ऐकायचा आणि ओळखायचा प्रयत्न करा. कमीत कमी पाच प्रकारचे आवाज ओळखायचा प्रयत्न करा. मग ते आवाज मोठे असोत, मध्यम असोत किंवा अगदी सूक्ष्म.

५. पाच वेगवेगळ्या प्रकारचे आवाज ऐकल्यानंतर आता स्वतःला विचारा, 'आवाज मी आहे का?' उत्तर येईल, आवाज म्हणजे मी नव्हे, तर हे सर्व आवाज जाणणारा मी आहे. आता आपल्या अंतर्यामी डोकावून हा जाणणारा कोण आहे? कानाचा कान कोण आहे? हे जाणण्याचा प्रयत्न करा आणि कान म्हणजे मी नाही, तर ते केवळ आवाज ऐकण्याचं माध्यम आहे हे स्वतःला सांगा.

६. आता तुमचं ध्यान वातावरणावर केंद्रित करा. तुमच्या आसपास असलेलं वातावरण अनुभवायचा प्रयत्न करा. उकाडा आहे की थंडी आहे, हवा शुष्क आहे की आर्द्र आहे, आसपास काही ओलं-सुकं असलेलं जाणवत आहे का, शरीर कसं आहे, हलकं वाटतंय की जड वाटत आहे, वारा येतोय का कोंदट वाटतंय, हे जाणून घ्यायचा प्रयत्न करा.

७. तुम्हाला जर उकाडा किंवा थंडी जाणवत असेल तर स्वतःला विचारा, मी म्हणजे हे वातावरण आहे का? उत्तर येईल, नाही. मी म्हणजे हे वातावरण नाही, तर हे वातावरण अनुभवणारा, जाणणारा आहे. मग पुन्हा एकदा स्वतःमध्ये डोकावून पाहा आणि जाणून घ्या, की वातावरण अनुभवणारा हा कोण आहे? मी म्हणजे

वातावरण नाही हे स्वत:ला पुन्हा एकदा सांगा.

८. आता स्वत:च्या शरीरावर लक्ष केंद्रित करा. शरीरात जर कुठे काही आखड-जखड असेल, काही वेदना असेल तर ती अनुभवण्याचा प्रयत्न करा. पण शरीराची कोणत्याही प्रकारची हालचाल होऊ देऊ नका.

९. शरीरात कुठे जडपणा तर कुठे हलकेपणा जाणवत असेल, कुठे रग लागली असेल, गरम होत असेल, घाम येत असेल, कुठे खाज येत असेल, शरीराच्या एखाद्या भागाला वारा लागत असेल, तुम्ही घातलेल्या कपड्यांचा स्पर्श जाणवत असेल, तर हे सगळं अनुभवायचा प्रयत्न करा. शरीराच्या अंतर्भागात आणि बाह्य भागातल्या तीव्र, मध्यम किंवा सौम्य अशा छोट्या छोट्या सर्व संवेदना जाणण्याचा प्रयत्न करा.

१०. इथे बघण्याचा अर्थ आहे जाणणं. शरीराच्या आत-बाहेर जे घडत आहे, ते केवळ जाणायचं आहे. त्याबाबत कोणतीही कल्पना करायची नाही. वर्तमानात जे घडतंय त्या अनुभवाकडे दुर्लक्ष करायचं नाही. तो अनुभव चांगला असेल किंवा वाईट, तो जसा असेल तसाच अनुभवायचा आहे. त्या अनुभवाला चांगला किंवा वाईट असं कोणतंही लेबल न लावता तो स्वीकारायचा आहे. शरीरातील अंतर्गत आणि बाह्य संवेदना जाणल्यावर स्वत:ला विचारा, या संवेदना म्हणजे मी आहे का? उत्तर येईल, नाही. मी संवेदना नाही. मी या संवेदना अनुभवणारा आहे. मग त्या संवेदना अनुभवणाऱ्याचं, स्वत:चं, आत्मिक रूप जाणून घ्या आणि पुन्हा स्वत:ला सांगा, मी ही संवेदना नाही.

११. आता तुम्ही तुमचं लक्ष तुमच्या श्वासावर केंद्रित करा. श्वसनक्रिया कशी होतेय, हे बघा. त्या वेळी कोणत्या नाकपुडीतून श्वास आत घेतला जात आहे, कोणत्या नाकपुडीतून श्वास बाहेर सोडला जात आहे, याचं निरीक्षण करा. श्वास घेताना पोट बाहेर येत आहे. श्वास सोडताना पोट आत जात आहे, याकडे लक्ष द्या.

१२. श्वास नाकातून आत जाताना नासिकाद्वारावर आघात करत आहे, तुम्हाला त्याचा स्पर्श जाणवत आहे. श्वास आत जाताना गार आहे, बाहेर सोडला जातो तेव्हा गरम होऊन बाहेर येत आहे. अशाप्रकारे श्वसनासंबंधीचे बारकावे जाणून घ्यायचा प्रयत्न करा.

१३. ध्यान करताना मध्येच लक्ष दुसरीकडे वेधलं गेलं, तर पुन्हा ते श्वासावर केंद्रित करा. श्वास आत घेताना काही आवाज झाला, की आवाज न करता श्वास घेतला गेला, श्वास बाहेर सोडताना काही आवाज झाला, की आवाज न करता श्वास सोडला गेला, याकडे लक्ष द्या. श्वास कसा घेतला जात आहे, श्वासाची गती कशी आहे, तो उथळ आहे, की खोल आहे, श्वसन करताना, समजून घेताना, शरीराची हालचाल कमीत कमी होईल याकडे लक्ष द्या.

१४. चंद्रनाडी सुरू आहे की सूर्यनाडी सुरू आहे, श्वास डाव्या नाकपुडीनं घेतला जातोय की उजव्या नाकपुडीनं घेतला जातोय हे बघा. हे निरीक्षण करतानाच तुम्ही ध्यानाची तयारी करत असता आणि स्वध्यानावर केंद्रित होत असता. आता स्वत:ला विचारा, 'हा श्वास म्हणजे मी आहे का?' उत्तर येईल, 'नाही, हा श्वास म्हणजे मी नाही. मी हा श्वास जाणणारा आहे.' आता त्या श्वास अनुभवणाऱ्याला अनुभवा आणि स्वत:ला सांगा, हा श्वास म्हणजे मी नाही.

१५. आता तुम्ही तुमचं लक्ष श्वासावरून काढून तुमच्या मनात येणाऱ्या विचारांवर केंद्रित करा. यावेळी मनात कोणकोणते विचार येत आहेत, ते जाणून घ्या. एक विचार... मग दुसरा विचार... अशाप्रकारे जाणून घ्या. मनात जसे विचार येत राहतील, तसे ते एकेक करून जाणून घ्या. मनात विचारांचा ओघ सुरू असेल. विचार येत राहतील. तुम्ही त्यातला एकेक विचार जाणून पुढे जात राहा. नेक्स्ट (Next) म्हणून पुढचा विचार जाणा. त्याला पुढे जाऊ द्या. कोणत्याही एका विचारात अडकून राहू नका.

मग कदाचित असा विचार येईल, की आता कोणताही विचार येत नाही. पण हासुद्धा एक विचारच आहे हे लक्षात घ्या. तो जाणून घेतल्यावर पुढचा विचार (Next) काय आहे ते जाणा. जसजसे तुम्ही एकेका विचाराकडे पाहून त्याला पुढे जाऊ द्याल, तसतसे तुम्ही विचारांपासून अलिप्त होऊ लागाल. स्वत:च्या मनातले विचार दुरून पाहू लागाल. मग स्वत:ला विचारा, 'हे विचार म्हणजे मी आहे का?' उत्तर येईल, 'नाही, हे विचार म्हणजे मी नाही. मी हे विचार जाणणारा आहे.' आता पुन्हा एकदा स्वत:मध्ये, त्या विचार जाणून घेणाऱ्याचा अनुभव घ्या. मनात विचारांची ये-जा होत असताना शरीर स्थिर ठेवा आणि स्वत:ला सांगा, 'मी म्हणजे विचार नाही.'

१६. आता स्वतःच्या हातांवर लक्ष केंद्रित करा. हातात होणाऱ्या संवेदना जाणून घ्या. मग मनगट, दंड अशा प्रकारे पूर्ण हातांवर लक्ष केंद्रित करा. हातांमध्ये काही संवेदना जाणवत आहेत का ते पाहा. हात जड वाटत आहेत, की हलके ते पाहा. स्वतःला विचारा, 'हे हात म्हणजे मी आहे का?' उत्तर येईल, 'नाही, हे हात म्हणजे मी नाही. मी हे हात जाणणारा आहे.' मग स्वतःमध्ये त्या जाणणाऱ्याला पाहायचा प्रयत्न करा. पण तुम्ही जर स्वतःचं हे अनुभव घेणारं सत्यरूप जाणून घेऊ शकला नाही, तरी निराश होऊ नका. त्यासाठी हट्टही धरू नका. थांबून राहू नका. पुन्हा ध्यान सुरू करा.

१७. तुम्ही जर हात नाही तर मग तुम्ही कोण आहात, हे जाणून घ्या. आता स्वतःच्या दोन्ही पायांवर लक्ष केंद्रित करा. तुम्हाला तुमचे पाय जाणवत आहेत का? पाय जड वाटत आहेत की हलके वाटत आहेत, ते पाहा.

१८. पायाला होणाऱ्या संवेदना चांगल्या आहेत की वाईट, हे ठरवू नका. फक्त त्या जाणत राहा. स्वतःला विचारा, 'पाय म्हणजे मी आहे का?' उत्तर येईल, 'नाही, पाय म्हणजे मी नाही. मी पायांचा अनुभव घेणारा आहे.' मग आता स्वतःला सांगा, 'मी हा पाय नाही.' 'मी हा पाय नाही, तर मग मी नेमकं कोण आहे,' हा प्रश्न स्वतःला विचारा.

१९. या प्रश्नाचं उत्तर जाणण्यासाठी आता तुमचं लक्ष तुमच्या पाठीवर केंद्रित करा. पाठीतल्या संवेदना समजून घ्या. खांद्यापासून कमरेपर्यंत कुठे काही ताण किंवा वेदना असतील तर जाणा. स्वतःला विचारा, 'पाठ म्हणजे मी आहे का?' उत्तर येईल, 'नाही, पाठ म्हणजे मी नाही. मी पाठीला जाणणारा आहे.' मग त्या जाणणाऱ्याला जाणा आणि स्वतःला सांगा, 'मी ही पाठ नाही.'

२०. आता शरीराच्या पुढच्या भागावर लक्ष केंद्रित करा. हृदयातील संवेदना जाणून घ्या. हृदयातील धडधड जाणवत आहे का? आता पोटाकडे लक्ष द्या. श्वास घेताना आणि सोडताना पोटाची हालचाल जाणवत आहे का? स्वतःला विचारा, 'पोट म्हणजे मी आहे का? हृदय म्हणजे मी आहे का? मान म्हणजे मी आहे का? खांदा म्हणजे मी आहे का? शरीराचे हे सर्व भाग म्हणजे मी आहे का?' उत्तर येईल, 'नाही, मी केवळ जाणणारा आहे.'

२१. आता स्वत:च्या चेहऱ्यावर लक्ष केंद्रित करा. स्वत:चा चेहरा आठवायचा प्रयत्न करा. चेहऱ्यावर घाम जाणवत आहे का? काही ताण जाणवत आहे का? डोळ्यांवर ताण जाणवत आहे का? कपाळावर आठ्या पडलेल्या आहेत, की स्मितभाव जाणवत आहे? स्वत:ला विचारा, 'हा चेहरा म्हणजे मी आहे का?' उत्तर येईल, 'नाही, मी हा चेहरा जाणणारा आहे.' मग स्वत:मध्ये त्या जाणणाऱ्याला जाणायचा प्रयत्न करा.

२२. आता स्वत:ला सांगा, 'हे शरीर म्हणजे मी नाही, शरीराचे अवयव म्हणजे मी नाही, शरीरात ऊर्जा भरणारा श्वास म्हणजे मी नाही, मनात चालणारे विचार म्हणजे मी नाही. मग मी कोण आहे?' तर 'मी हे सर्व जाणणारा आहे.' हा सर्व अनुभव घेण्यासाठी, स्व-ध्यान करण्यासाठी, शरीर आणि मन यांच्याशी संबंधित सर्व घटनांचा साक्षी होण्यासाठी मी या शरीराशी जोडलो गेलो आहे. जेव्हा तुम्हाला या साक्षीची, 'मी'ची ओळख पटेल, तेव्हा तुम्ही स्वत:च्या शरीराकडे अलिप्तपणे पाहू शकाल. त्याच्याविषयी आसक्ती राहणार नाही, शरीरामध्ये अडकून राहणार नाही. शरीराच्या संवेदना अलिप्तपणे जाणू शकाल. काही वेळ याच अवस्थेत राहून मग हळूहळू डोळे उघडा.

२३. डोळे उघडल्यावर त्याच अवस्थेत ध्यानकक्षाबाहेर जा. थोडं फिरून या. आपलं शरीर हलताना, चालताना-फिरताना त्याकडे अलिप्तपणे बघण्याचा प्रयत्न करा.

या ध्यानप्रणालीमुळे तुम्हाला जी समज मिळाली, जो ताजेपणा जाणवला, जी आंतरिक शक्ती प्राप्त झाली आणि तुमच्यात जो काही बदल झाला, त्यावर मनन करा. या संपूर्ण ध्यानाच्या निमित्तानं तुम्ही जे काही शिकलात, जी समज मिळाली त्यावरही मनन करा. ही समज, प्रज्ञा तुमच्यात रूपांतरण घडवून तुम्हाला स्वज्ञान, स्वबोध अवस्थेत स्थापित करेल.

अध्याय १७

गहन ध्यान विधी
स्वतःला जाणा

१. निर्विचार अवस्था ध्यान

विचारांपलीकडे जाण्यासाठी 'निर्विचार ध्यान' समजून घेऊया.

१. ध्यानाला बसण्याआधी, ध्यानासाठी निश्चित केलेल्या वेळेनुसार गजर लावा. त्यानंतर ध्यानासाठी निश्चित केलेल्या आसनावर, ध्यानमुद्रा धारण करून, डोळे बंद करून बसा.

२. ध्यानाला सुरुवात करण्याआधी पूर्वतयारी करा.

३. ध्यान करताना डोळे बंद केल्यामुळे आतून रिक्त होण्यासाठी आपल्याला मदत मिळते.

४. ध्यान करताना स्वतःला सूचना द्या, आता मी ध्यानात स्वतःला रिक्त करण्यासाठी बसले/बसलो आहे.

५. तुम्ही ध्यानाच्या मूलावस्थेत राहायचं आहे. मी शरीर नाही, ही जाणीव प्रखर ठेवायची आहे. तुम्ही जर शरीर नाही तर मग कोण आहात? ही कोणती अवस्था आहे? या अवस्थेत तुमच्यासमोर कोणते पैलू प्रकट होत आहेत? विचार तुम्हाला येत नाहीत, ते तर तुम्ही ज्याच्या समोर केवळ उपस्थित आहात अशा मनोशरीरयंत्रात येत आहेत, हा निर्विचार पैलू समोर येईल. ही समज ठेवून ध्यानाच्या सखोलतेत प्रवेश करा.

६. त्यानंतर, डोळे बंद ठेवूनच स्वत:ची मूलावस्था, स्वत:च्या अस्तित्वाची अवस्था जाणून घ्या. हेच तर ध्यानाचं सौंदर्य आहे. आपण दिवसभर विविध कामांमध्ये गुंतून जातो. त्यामुळे आपल्याला या अवस्थेचं विस्मरण घडतं. आपण ऑफिसमध्ये कर्मचारी, घरात आई-वडील, पति-पत्नी, भाऊ-बहीण, मुलगा-मुलगी अशा अनेक भूमिका साकारत असतो. घराबाहेर शेजारी, बाजारात ग्राहक असतो. ध्यान साधताना, मौनात प्रवेश करताच या सर्व भूमिका विलीन होतात आणि आपली मूळ अवस्था प्रकट होते. मूल-अवस्थेचा अलौकिक अनुभव आपल्याला आनंदानं भारून टाकतो. जे लोक ध्यान करत नाहीत, स्वत:मध्ये असलेल्या मौन कक्षात जात नाहीत, ते या अलौकिक आनंदापासून वंचित राहतात.

७. ध्यानाच्या पुढच्या टप्प्यात स्वत:च्या विचारांकडे अलिप्तपणे पाहत स्वत:ला सूचना द्या, मी आता निर्विकार अवस्थेत आहे. शरीरात चाललेले विचार माझ्या समोरून एखाद्या ढगाप्रमाणे जात आहेत. त्यांच्यामुळे मला माझा अनुभव मिळतो आहे. माझ्या असण्याचा, माझ्या जिवंत असण्याचा अनुभव मिळतो आहे.

८. विचारांना अलिप्तपणे पाहताना ते विचार खरंच चालू आहेत, की तुम्हाला तसं वाटत आहे, हे जाणून घ्या. कित्येकदा आपल्याला ढगांमध्ये, झाडांच्या रचनांमध्ये काही आकृती तयार झालेल्या दिसतात, ज्या खऱ्या नसतात. तो केवळ एक आभास असतो. मग आता समोरून जाणारे विचारही भासमान आहेत का, हे साक्षी भावनेनं जाणून घ्या. समजा, तुम्ही ध्यान करताना तुमच्या मनात ऑफिसचे काही विचार येऊ लागले तर स्वत:ला सांगा, 'हे ऑफिसचे विचार आहेत... परंतु हे विचार म्हणजे मी नव्हे. मी तर केवळ या विचारांना जाणणारा आहे.'

९. एखाद्या व्यक्तीविषयी विचार येत असतील, तर तिचा चेहराही समोर दिसतो, पण वास्तविक तो विचार नसून केवळ त्याचा भास आहे. आता तुम्ही निर्विचार अवस्थेत आहात. खरंतर तुमची मूलावस्था (बॉटम लाइन) निर्विचार अवस्थाच आहे.

१०. अशाप्रकारे निर्विचार अवस्थेत बसून राहा. एखादा विचार येताच स्वत:ला आठवण करून द्या, विचार आलाय, असं वाटतंय पण हे सत्य नाही. भूतकाळाचे, भविष्यकाळाचे विचार येत आहेत असं वाटतंय, पण हे वास्तव नाही. आता

कोणतेही विचार नाहीत हेच सत्य आहे. कारण तुम्ही निर्विचार अवस्थेत आहात.

ही निर्विचार अवस्था प्राप्त करण्यासाठी लोक विविध प्रकारची साधना करत असतात. वास्तविक आपण आधीपासूनच निर्विचार अवस्थेत आहात. विचार येत आहेत असं वाटत राहील. परंतु तुमच्यातील दृढतेमुळे तुम्ही त्यात गुंतणार नाही. अशा वेळी स्वतःला सांगा, 'मला असं वाटतंय, पण यात तथ्य नाही.'

जसं, खुंटीवर एखादा कोट अडकवला असेल, तर अंधारात त्याच्याकडे पाहिल्यावर तेथे एखाद्या माणसाचा आभास होतो. तसंच विचारांचंही आहे.

११. निर्विचार अवस्थेत स्थिर झाल्यावर वाटेल, 'अरे, आता तर काहीच विचार येत नाहीत.' तेव्हा स्वतःला सांगा, काहीच विचार येत नाहीत, हादेखील एक विचारच आहे. पण तो खरा नसून एक आभास आहे.

१२. किती छान वाटतंय असाही विचार येईल. तेव्हा स्वतःला सांगा, छान वाटणं हाही एक विचार आहे. तो विचारही एक भास आहे. अशाप्रकारे निर्विचार अवस्थेची समज ठेवून सर्व विचार विलीन होऊ द्या.

१३. आता काहीच समजत नाही, असा विचार जर आला तर स्वतःला सांगा, 'मला काहीच समजत नाही असा विचार आला आहे, असं फक्त वाटत आहे. खरंतर तो विचार नव्हताच.' ज्या अवस्थेत आहात तिचा आनंद घेत राहा. विचार हे वाळवंटात दिसणाऱ्या मृगजळासारखे असतात. त्याच्यामागे कितीही धावलं तरी ते लांब जात राहतात आणि धावणाऱ्याला थकवतात. विचारांच्या मागे धावणाऱ्याची अवस्थाही अशीच होते. पण विचारांच्या मृगजळाचं सत्य समजताच ही धावपळ थांबते आणि अशांती समाप्त होऊन मन शांत होतं.

१४. ध्यानात पुढे असाही विचार येईल, 'ध्यान चांगलं साधलं आहे'. तेव्हा स्वतःला सांगा, की ध्यान चांगलं साधलं आहे हा विचारदेखील केवळ एक आभास आहे, सत्य नाही.

१५. कंटाळा आला तर स्वतःला सांगा, कंटाळा आला आहे असं भासतंय पण ते वास्तव नाही. झोप येतेय असं वाटतंय पण ते खरं नाही.

१६. निर्विचार ध्यान सुरूच ठेवा. शरीरात काही वेदना होत असतील, तर स्वतःला

सांगा, वेदनेचं दु:ख हा केवळ भास आहे, ते सत्य नाही.

१७. आता मध्येच विचार येईल, हे सर्व करून काय लाभ होणार? तेव्हा स्वत:ला सांगा, हा विचार आलाय असं वाटतंय. पण आता कोणताही विचार नाही, हे वास्तव आहे. तुम्ही प्रत्येक प्रश्नापासून मुक्त आहात. कारण प्रश्न कोणताही असला तरी उत्तर तुम्हीच आहात... निर्विचार अवस्था हेच उत्तर आहे.

१८. ध्यान सुरू असताना मनात एखादं गाणं येईल, एखादी कल्पना येईल तेव्हा स्वत:ला सांगा, मनात आलेलं गाणं, कल्पना हा केवळ भास आहे. ते वास्तव नाही. कारण मी निर्विचार अवस्थेत आहे.

असं ध्यान काही वेळ चालू राहू द्या आणि मगच डोळे उघडा.

या ध्यानाने तुम्ही निर्विचार अवस्थेत राहायला शिकाल. मनात जेव्हा विचारांचं वादळ उठेल, तेव्हा हे ध्यान अवश्य करा.

२. मी कोण आहे? 'हूँ', उघड्या डोळ्यांनी केलेलं ध्यान

हे असं ध्यान आहे, जे डोळे उघडे ठेवूनही करता येतं. पण तुम्ही खऱ्या अर्थानं जागृत झाला असाल तरच. तुम्ही डोळे मिटून झोपू शकता, पण आता डोळे बंद ठेवून जागृत राहायला शिकायचं आहे. आजवर तुम्ही डोळे मिटून स्वप्न बघत आलाय. आता उघड्या डोळ्यांनी त्या स्वप्नांतील वास्तव जाणून घ्यायचं आहे.

डोळे बंद करून ध्यानाला बसल्यावर स्वानुभव जाणता येऊ शकतो. ध्यानाची समज नसेल, तर एखादा श्वासावर आधारित विधी घेऊन त्यावर कार्य करत राहायला हवं. ध्यानाची समज असेल, तर एखादा प्रश्न घेऊनही ध्यान साधता येतं.

१. ध्यानाला बसण्याआधी, ध्यानासाठी निश्चित केलेल्या वेळेनुसार गजर लावा. त्यानंतर ध्यानासाठी तुम्ही निश्चित केलेल्या आसनावर, ध्यानमुद्रा धारण करून, डोळे बंद करून बसा. डोळे बंद केल्याने आपल्याला आतून रिक्त होण्यासाठी मदत मिळते.

२. ध्यानाची पूर्वतयारी करताना 'आता, मी कोण आहे?' हे ध्यान मी आता करणार आहे, असं स्वतःला सांगा. मला या ध्यानाचा पूर्ण लाभ घेण्याची इच्छा आहे.

माझ्या आसपासच्या सगळ्या वस्तू, सगळं वातावरण आणि सर्वजण ध्यानात मला पूर्ण मदत करतील असा विश्वास आहे. मला मदत करण्यासाठी त्या सर्वांचे खूप खूप धन्यवाद. आता धन्यवादाची भावना मनात बाळगून ध्यानाला सुरुवात करा.

३. डोळे बंद ठेवूनच ध्यानाला सुरुवात करा. स्वत:ला विचारा, आजपर्यंत जो जगत आलाय तो कोण होता 'Who was that?' मी कोण आहे? काही काळ हा प्रश्न स्वत:ला सारखा विचारत राहा.

स्वत:ला हा प्रश्न विचारल्यानं तुमच्या लक्षात येईल, बालपणापासून आतापर्यंत तुम्ही स्वत:ला काय समजून जगत होता? जो जगत होता, तो कोण होता?

४. हा प्रश्न विचारताच तुमच्या मनात अनेक प्रकारची उत्तरं येऊ लागतील. त्या उत्तरांकडे केवळ अलिप्तपणे बघत राहा. ती ऐकत राहा, समजून घेत राहा.

५. 'Who was that?, तो कोण होता? हा प्रश्न स्वत:ला विचारताच, स्वत:बद्दल असलेल्या सर्व धारणा, स्वत:बद्दलचे समज तुमच्या समोर येऊ लागतील.

'कोण होता तुम्ही?' प्रेम-आनंद-मौन... की केवळ स्वत:ला वेगळं मानणारा एक अहंकार, व्यक्ती?

या प्रश्नांची उत्तरं मिळाल्यावर तुम्हाला, तुम्ही वास्तवात जे आहात त्याची तुम्हाला अनुभूती होईल. म्हणजेच स्वत:चं सत्य स्वरूप जाणवू लागेल.

६. अशाप्रकारे ध्यानात सखोलता आणा.

७. आता स्वत:ला पुढचा प्रश्न विचारा, 'Who am I now?' आता या वेळी मी कोण आहे?' ते अनुभवाने जाणून घ्यायचा प्रयत्न करा. आपल्या असण्याचा अनुभव जाणा.

८. मी कोण आहे?' या प्रश्नाचं उत्तर ध्यानावस्थेतच, अनुभवाची अनुभूती घेत असतानाच देता येऊ शकतं. त्यासाठी आपल्या अस्तित्वाच्या अनुभवात राहायला हवं.

९. 'Who are you now? आता या वेळी 'मी कोण आहे?' हा प्रश्न स्वत:ला विचारत राहा आणि त्याचं उत्तर शोधता शोधता अहंकाराच्या पलीकडे...

स्वानुभवावर स्थिर व्हा. स्वानुभव जाणून घेताना स्वत:ला सांगा, 'हा स्वानुभव म्हणजे मी आहे.'

१०. आता काही वेळ याच अनुभवात राहा.

११. हा स्वानुभव म्हणजे मी आहे, असं उच्चारत या अनुभवात असतानाच हळूहळू डोळे उघडा.

हुंकारात 'अ' जोडला गेला, की त्याचा अहंकार होतो आणि तो 'अ' काढून टाकताच केवळ आपल्या 'स्व'च्या अस्तित्वाचा हुंकार उरतो. त्याचप्रमाणे एखादा छोटासा बदल झाला, तर माणूसही बदलू शकतो. एखादं मोठं पद मिळालं, प्रशंसा झाली, मोठा आर्थिक लाभ झाला, एखादं मोठं रचनात्मक कार्य केलं, तर माणूस स्वत:ला विसरून जातो. तो स्वत:ला ते पद, ती स्तुती, तो लाभ किंवा ते कार्य समजू लागतो. त्या सर्वांपासून तो वेगळा आहे हे विसरूनच जातो. म्हणून त्याला सतत स्वत:च्या सत्यस्वरूपाचं स्मरण करून द्यायची गरज पडते. तुमच्या हातून काही चांगलं कार्य निर्माण झालं, तर ती कृपा असते. ईश्वरानं तुमच्या माध्यमातून केलेला तो स्वत:चा आविष्कार असतो. त्यासाठी तुम्ही केवळ निमित्त असता. त्यामुळे तुमचा अहंकार वाढू देऊ नका. तुमच्या जीवनात घडणाऱ्या प्रत्येक घटनेचा, मनातल्या प्रत्येक विचाराचा एकच उद्देश असतो आणि तो म्हणजे तुम्हाला स्वाभिमानातून स्वभानाकडे घेऊन जाणे. स्वत:ची खरी ओळख करून देणे. हा मूळ उद्देश जर सफल झाला नाही, तर मग प्रत्येक घटना, प्रत्येक विचाराचा विपरीत परिणाम होऊ लागतो.

समजा, तुमची एखादी आवडती वस्तू चुकून फुटली, तर ती वस्तू गमावल्याचं दुःख तुम्हाला होतं. पण दुःख किती मोठं होतं, यावर तुम्हाला ती वस्तू किती प्रिय होती हे समजू शकतं. त्या वस्तूशी तुम्ही किती आसक्त होता हे समजू शकतं. एखाद्याचा मोबाइल फोन हरवला तर तुम्ही त्याला समजावता, त्याला सल्ले देता, 'बाबा रे, मोबाइल फोन नीट जपावा... व्यवस्थितपणे ठेवावा... आता जाऊदे... तो तुझ्या नशिबातच नसेल...!' वगैरे. पण स्वत:चा मोबाइल फोन हरवला, तर मात्र तुमचं वागणं वेगळं असतं. कारण तो तुमचा... नव्हे, 'माझा' फोन असतो. कोणत्याही वस्तूशी माझं, माझा, माझी हे शब्द जोडले गेले, की त्याविषयीच्या भावना बदलतात. स्वभान जागृत करायचं असेल, तर हे शब्द तुमच्याकडून कुठे-कुठे आणि कशासाठी वापरले जातात,

हे जाणून घ्यायला हवं. हे शब्द कुठे वापरल्यानं अहंकार जागा होतो? जे तुम्ही माझं समजता ते खरंच तुमचं आहे का? जे खरंच तुमचं आहे, ते काय आहे? या गोष्टी जाणून घेण्यासाठी सत्यश्रवण करा. त्यामुळे स्वभान जागृत होईल, सजगता येईल आणि अहंकारापासून मुक्ती मिळू शकेल.

जगात स्वाभिमानालाही महत्त्व आहे. पण त्यालाच कुरवाळत बसू नका. केवळ स्वभान जागं ठेवा. योग्य जाणीव आणि सत्याचं ज्ञान प्राप्त केलं, तर तुम्ही सतत सजग राहून स्वभानात स्थापित होऊ शकाल.

ध्यानासंबंधीचा हा खंड इथेच समाप्त होत आहे. पण तुम्ही मात्र या खंडातील मार्गदर्शनानुसार तुमची ध्यानयात्रा सातत्यानं पुढे चालू ठेवा.

सूचना : तुम्हाला जर सखोल ध्यानाच्या आणखी काही पद्धती जाणून घ्यायच्या असतील, तर 'ध्यान नियम' हे पुस्तक अवश्य वाचा. ध्यानाविषयी आणखी माहिती हवी असेल, तर 'ध्यान दीक्षा' हे पुस्तक वाचा. तुम्हाला ध्यानादरम्यान मनात येणाऱ्या प्रश्नांची उत्तरं समजून घ्यायची असतील, तर 'संपूर्ण ध्यान-२२२ प्रश्न' हे पुस्तक वाचा. ही सर्व पुस्तकं वॉव पब्लिशिंग्ज्‌द्वारे प्रकाशित केली गेली आहेत.

खंड ४
धनाविषयीचं ज्ञान

अध्याय
१८

प्रगतीचं रहस्य

जीवनाचा दुसरा पैलू – धन

तुम्ही जे देता, त्यातून तुम्हाला लाभ होत असतो, पण तुम्ही जे घेता त्यातून मात्र तुमचा केवळ निर्वाह होतो. इथे लाभाचा अर्थ आहे, विकास.

माणसाला वाटत असतं, त्यानं कोणाकडून, कुठून काही घेतलं तरच त्याचा विकास होईल, समृद्धी येईल, त्याची प्रगती होईल. वास्तविक आपला विकास होत असतो तो आपल्या देण्यातून. घेण्यानं होतो तो केवळ निर्वाह. खरंतर तुम्ही बरेचदा या उक्तीचा अनुभवही घेतलेला असेल, पण तो नकळत. जरा आठवून पाहा, आतापर्यंत तुम्ही कोणाला न कोणाला, काही न काही दिलं असेल. त्यातून तुमचा विकासही झाला असेल. देण्यातला आनंद, घेण्याच्या आनंदापेक्षा अधिक आहे. तसंच महत्त्वाची गोष्ट म्हणजे तुमच्याजवळ केवळ तुमचं जे आहे, तेच तुम्ही देऊ शकता. तुम्ही जर तुमच्या मालकीच्या वस्तू दिल्या, तर त्याहून कित्येक पटीनं तुम्हाला जास्त मिळत राहील. हे निसर्गाचं पहिलं रहस्य आहे.

धनाची अतिशयोक्ती

प्रेम, साहस, निर्भयता आणि आरोग्य ही पृथ्वीवरची खरी संपत्ती आहे. निसर्गानं माणसाला ही विविध प्रकारची संपत्ती देऊ केली आहे. हेच निसर्गाचं दुसरं रहस्य होय. पण माणसानं प्रेम, ध्यान, वेळ, साहस, आरोग्य या संपत्तीकडे पाठ फिरवून तो केवळ पैशाच्या मागे धावत राहिला, तर त्याला पश्चात्तापच करावा लागतो. याचाच अर्थ, पैशाकडे लक्षच द्यायचं नाही असा होत नाही. जीवन सहजतेनं जगण्यासाठी काही प्रमाणात

पैसा आवश्यक आहेच. पण तो कसा मिळवावा, हे समजून घेतलं पाहिजे आणि हेच तिसरं रहस्य आहे. तिसरं रहस्य समजून घेतलं, की तुमच्याकडे पैशाचा ओघ सुरू होईल आणि तुमचा आर्थिक विकासही होत राहील. परंतु काही मिळवण्याआधी मुळात तुमच्याकडे काय आहे, तुम्ही काय देऊ शकता, हे जाणून घ्या. तुमच्याकडे प्रेम, वेळ, शक्ती, ध्यान आणि पैसाही आहे. या सर्व गोष्टी तुमच्याकडे जितक्या आहेत, त्यातला केवळ एक भाग तुम्ही स्वत:ला द्यायचा आहे.

चला तर मग विचार करा, तुमच्याकडे काय काय आहे? आणि त्यातलं तुम्ही काय देऊ शकता? टाचणीपासून गाडीपर्यंत ज्या-ज्या गोष्टी तुमच्याकडे येत असतात, त्या पैशांच्या माध्यमातून येत असतात. पैशांमुळे वस्तूंचे व्यवहार सोपे होतात. पूर्वी आपल्या समाजात बारा बलुतेदार पद्धत होती. तेव्हा वस्तूच्या बदल्यात वस्तू दिली जायची. धान्याच्या बदल्यात कपडे दिले जायचे. मातीच्या भांड्यांच्या बदल्यात धान्य दिलं जायचं. ज्याच्याकडे जे असेल त्या बदल्यात, जे नसेल ते मिळवता यायचं. पण असा व्यवहार प्रमाणित नसायचा. तो प्रमाणित व्हावा, व्यवहार सोपा व्हावा म्हणून पैशांच्या रूपानं चलन निर्माण केलं गेलं. पैसा हा व्यवहाराचा, गरजा पुरवण्याचा केवळ एक मार्ग होता; पण आज मात्र पैसा हेच अंतिम उद्दिष्ट झालं आहे. व्यवहारातल्या अडचणी सोडवण्यासाठी पैशांचा सुलभ मार्ग तयार केला गेला; पण आज तोच पैसा खऱ्या विकासात अडथळे निर्माण करतोय, त्यावर धावणारा ठेचकाळून जखमी होतोय.

अध्याय १९

धनाविषयी धारणा
वरदान, अभिशाप होऊ नये

प्रत्येक माणसाची धर्म, कर्म आणि देश यांबद्दलची परिभाषा वेगवेगळी असते, तद्वतच प्रत्येकाची धनाची परिभाषा तसंच धनाविषयीची समजदेखील वेगवेगळी असते. लोक आपापली भाषा आणि परिभाषा यांनुसार भिन्न भिन्न शब्दांचा वापर करत असतात. त्या शब्दांमुळे लोकांमध्ये पैशाविषयी काही धारणा बनतात. त्या धारणांनुसार ते पैशाविषयी चर्चा करत असतात, आपापली मतं मांडत असतात.

प्रत्येक मनुष्याच्या मनात त्याला आलेल्या अनुभवानुसार काही भ्रम तयार झालेले असतात. पुढे याच भ्रमाचं विश्वासात रूपांतर होतं, मग हाच विश्वास पुढे हकिकत बनते आणि ती समस्येत रूपांतरित होते. तसं पाहिलं तर गडगंज पैसे मिळवून कोणी श्रीमंत बनत नाही. पैशाविषयी योग्य समज प्राप्त करूनच माणूस श्रीमंत बनू शकतो. पैशाची समज मिळताच माणसाची पैशाची समस्या दूर व्हायला सुरुवात होते. म्हणून आता आपण जनसामान्यांमध्ये पैशाविषयी कोणकोणत्या धारणा आहेत ते पाहू या.

पैशाची धारणा

पैशांविषयी लोकांच्या मनात अनेक धारणा असतात. त्यातल्या काही धारणा अशा असतात-

१. पैसा म्हणजे सैतान आहे, वाईट आहे

२. पैसा म्हणजे भगवान, पैसा म्हणजे सर्वस्व.

३. पैसा आला, की माणूस अध्यात्मापासून दुरावतो.

४. पैसा आला की मैत्री संपुष्टात येते. (मैत्रीत व्यवहार आला, उसने घेतलेले पैसे परत दिले नाहीत की कडवटपणा येतो.)

५. पैशांनी सगळं काही विकत घेता येतं.

६. पैसा जितका जास्त कमवू, तितकं अधिक श्रीमंत बनू.

पैशांनी सगळंच विकत घेता येत नाही, हे वास्तव आहे. म्हणून तर म्हणतात, ज्याच्याकडे केवळ पैसा आहे, तो सर्वांत जास्त गरीब आहे. ईश्वर महान तर आपण त्याचे मेहमान! त्या महानानं त्याच्या पाहुण्यांसाठी प्रेम, ध्यान, मौन यांसारखी अनेक प्रकारची संपत्ती मुक्त हस्ते बहाल केली आहे आणि आपल्याला ती सर्व संपत्ती प्राप्त करायची आहे.

समृद्धीच्या महावृक्षाचं एक बीज

तुमच्याकडे दहा हजार रुपये असोत, दहा लाख असोत किंवा शंभर असोत. पण त्याचे दहा भाग करायचा नियम पाळायचाच आहे. तुमच्याकडे शंभर रुपये जरी असले तरी त्याचे दहा-दहा रुपयांचे दहा भाग करून त्यातले दहा रुपये तुम्ही स्वतःला द्यायचे आहेत. तो एक भाग हाच तुमची मालमत्ता, तुमचा समृद्धीचा खजिना असणार आहे. 'दहा रुपयांचा कसला आलाय खजिना?' असा विचारही तुमच्या मनात आणू नका. त्या दहा रुपयांना खजिनाच म्हणा. कारण तेच तुमच्या समृद्धीचं बीज असणार आहे. यामुळेच पुढचे सर्व मार्ग तुमच्यासाठी खुले होणार आहेत. बऱ्याच लोकांना बचतीची सवय नसते. त्यांचे आईवडीलही त्यांना बचतीची सवय लावत नाहीत, बचतीचं महत्त्व समजावत नाहीत. त्यामुळे अशा लोकांना नेहमी पैशाची तंगी जाणवते.

पैशांची समस्या

जो माणूस सत्याच्या मार्गावर मार्गक्रमण करत आहे त्यानं त्याच्या पैशांचा विनियोग योग्य प्रकारे करायला हवा. आपल्या मिळकतीचं योग्य ते व्यवस्थापन करायला हवं. म्हणजे तो निश्चिंतपणे सत्यमार्ग अवलंबू शकतो. अन्यथा त्याचा सारा वेळ बाह्य गोष्टींचा व्यवहार जपण्यातच जातो. त्यामुळे स्वतःच्या पैशांकडे, मिळकतीकडे लक्ष देता येत नाही. मग त्याला आर्थिक तंगी जाणवू लागते आणि तो सत्याच्या मार्गावर स्थिर राहू

शकत नाही. तो असत्याच्या मार्गावर ओढला जाण्याची भीती निर्माण होते. जे लोक पैशांच्या मागे धावत असतात, ते कायम असंतुष्ट राहतात. असे लोक सत्यमार्गावर, अध्यात्माकडे कधीच येऊ शकत नाहीत. त्यांच्याकडे सर्व काही भरपूर असतानाही त्यांना सतत अभाव जाणवत असतो.

पैशांची समस्या = वाईट व्यसनं + बेपर्वाई + सुस्ती – जाणीव

जे लोक व्यसनमुक्त होतात, बेपर्वाई सोडतात, सुस्तीतून बाहेर येतात, तमोगुण सोडतात आणि पैशांचं महत्त्व जाणून घेतात, त्यांच्या पैशांच्या समस्या सुटू शकतात. अन्यथा, काही लोकांना आयुष्यभर पैशांची चणचण जाणवत राहते. तुम्हाला जर अशा आर्थिक समस्येत अडकायचं नसेल, तर तुम्ही तुमचा वेळ, तुमचं प्रेम आणि पैसे यांचे समान दहा भाग करून त्यातला एक भाग स्वतःसाठी ठेवा. पण नुसतीच बचत करायची नाही, तर या बचतीचा बचावही करायचा आहे. काही लोक पैसे वाचवतात, बचत करतात आणि मग ते सगळे एखाद्या पार्टीत उडवतात. एखाद्या आनंदाच्या क्षणी भान हरपून अनावश्यक खर्च करून आर्थिक समस्या ओढवून घेतात. बचत करणं जसं आवश्यक आहे, तसंच आपलं भान जागं ठेवणंही आवश्यक आहे. भान हरपलं तर बचत हरपायला वेळ लागत नाही. म्हणून सतर्कता ठेवायला हवी.

काही लोकांना वाटत असतं, आपल्याला एखादा खजिना लाभला, तर किती बरं होईल. सगळ्या समस्याच संपून जातील. खरंतर असा खजिना प्रत्येकाजवळ असतो. फक्त सजग राहून तो शोधता आला पाहिजे आणि त्याचं जतन करता आलं पाहिजे. योग्य मार्गानं पैसे मिळवणं जितकं महत्त्वाचं असतं, तितकंच मिळालेले पैसे कसे सांभाळावे आणि कसे वाढवावे, याची जाणदेखील असावी लागते. त्यासाठी काही वाईट सवयी सोडाव्या लागतात आणि काही चांगल्या सवयी लावून घ्याव्या लागतात.

काही खरेदी करताना 'आ' की 'इ' या मंत्राचा वापर करायला हवा. तुम्ही खरेदी करताना ही वस्तू मी आवश्यकतेपोटी खरेदी करत आहे, की इतरांचं बघून खरेदी करत आहे, हे स्वतःला विचारायला हवं. केवळ शेजाऱ्याकडे आहे म्हणून तर मी ती वस्तू विकत घेत नाही ना... मला त्या वस्तूची खरोखर आवश्यकता आहे का... असे प्रश्न स्वतःला विचारायला हवेत. अगदी त्या वस्तूची निकड असेल, तरच ती खरेदी करा अथवा थोडं थांबा आणि 'आ' की 'इ' या सूत्राचा वापर करा. या सूत्राचा वापर करून

आपल्या उच्च इच्छा पूर्ण करण्यासाठी कार्ययोजना आखायला हवी. अन्यथा जीवनातील बहुमोल काळ लोटल्यानंतर मनुष्य म्हणतो, 'माझी अमुक करण्याची इच्छा होती; परंतु मला त्यासाठी कधी वेळच मिळाला नाही. मी त्यासाठी पुरेसे पैसेही साठवू शकलो नाही. म्हणून माझी ती इच्छा अपूर्णच राहिली.'

तुम्हाला कोणत्या इच्छा पूर्ण करायच्या आहेत, हे तुम्ही ठरवायला हवं. अहंकाराच्या (व्यक्तीच्या) अनेक इच्छा असतात आणि सत्य म्हणजेच सेल्फच्यादेखील काही वेगळ्या इच्छा असतात. त्यासाठी आपल्या पैशाचं योग्य अंदाजपत्रक तयार करून आपल्या इच्छा नऊ भागांमध्ये विभागून त्या पूर्ण करता येतील. हे करत असताना सुरुवातीला काही अडथळे येतील. परंतु काही दिवसांच्या प्रयत्नांनी हे शक्य होईल.

तुम्हाला हवी असणारी प्रत्येक वस्तू तुमच्याकडे येत आहे. यापूर्वी तुम्ही त्या वस्तूंच्या बाबतीत सजग नव्हता, म्हणून त्या तुमच्यापर्यंत पोहोचत नव्हत्या एवढंच. आता त्या मिळाव्यात यासाठी तुमच्यातील आळस झटकून पैसे मिळवण्यासाठी कष्ट घ्या. मेहनतीपासून कधीही पळ काढू नका, सजग व्हा. काही छोट्या छोट्या बाबींकडे दुर्लक्ष केल्यामुळेच ही समस्या आजवर टिकून राहिली, मात्र सजगता वाढताच ही गोष्ट तुमच्या लक्षात येईल आणि वरील नियमांचं पालन केल्याने पैशाची समस्या दूर होईल.

तुम्ही तुमच्या पैशाचा विनियोग कसा करायचा, याचं अंदाजपत्रक बनवलं नाही, तर इच्छेला बळी पडून गरज नसतानाही वस्तू खरेदी करत राहाल. लोक सँडल्स, जॅकेट, लिपस्टिक, पावडर अशा कितीतरी गोष्टींची खरेदी करून पैसे खर्च करतात. पण त्यांचा पैसा कोणत्या गोष्टीसाठी खर्च होतोय, हे त्यांना कळतच नाही. लोक म्हणतात, 'आम्ही खूप पैसे कमावतो, पण तो कुठे खर्च होतो, तेच आम्हाला समजत नाही. म्हणूनच कुठलीही खरेदी करण्यापूर्वी 'आवश्यकता' की 'इच्छा' हे स्वतःला विचारण्याची सवय अंगीकारायला हवी. ज्यायोगे तुम्ही तुमच्या पैशाचा योग्य रीतीने उपयोग करू शकाल.

अध्याय
२०

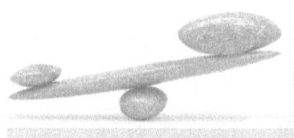

समय, प्रेम, पैसा आणि ध्यान

एक हिस्सा स्वतःला द्या

'देण्यानेच वाढ होते' हे सूत्र लक्षात घेऊन केवळ इतरांनाच नव्हे, तर स्वतःलादेखील प्रेम, पैसा, समय आणि ध्यान या गोष्टी द्यायला हव्यात. हे कसं, कधी, का आणि कोठे करायला हवं, हे आता आपण जाणू या.

समय, प्रेम, पैसा आणि ध्यान यात समृद्ध बना

समय संपन्न बनायचं असेल, तर वेळेचं नियोजन करायला शिकलं पाहिजे. ही एक कला आहे. 'मला वेळच मिळत नाही' असं लोक म्हणत असतात. मग वेळ जातो, तरी कुठे?

समजा, तुमच्यावर एखादं काम सोपवलं आणि ते 'एका आठवड्यात पूर्ण करा' असं सांगितलं, तर तुम्ही ते निश्चितपणे दिलेल्या मुदतीत पूर्ण करून दाखवाल. तेच काम आणखी एखाद्याला दिलं आणि ते 'पाच दिवसात पूर्ण करा' असं सांगितलं, तर तो ते पाच दिवसात पूर्ण करेल. याचाच अर्थ, ते काम दिलेल्या मुदतीपूर्वीच पूर्ण करता येतं.

मात्र आता हेच काम एखाद्याला दिलं आणि ते पूर्ण करण्यासाठी त्याला एक महिन्याचा अवधी दिला, तर ते काम करण्यासाठी त्याला पूर्ण महिनाही लागू शकतो. हेच तर खरं आश्चर्य आहे. मनुष्याला ही लवचीकता निसर्गानं बहाल केली आहे.

मनुष्य तप्त वाळवंटातही राहू शकतो आणि कडाक्याच्या थंडीत हिमालयातही

राहू शकतो. आहे त्या परिस्थितीशी जुळवून घेण्याची शक्ती त्याला निसर्गाने दिलेली आहे. त्यामुळे तो हे करू शकतो. मनुष्याला जी सीमारेखा आखून दिली जाते, त्यात तो त्याला दिलेलं कार्य करू शकतो. वरील उदाहरणातून हेच दिसून येतं.

मनुष्याकडे असं अंगभूत सामर्थ्य आहे, ज्याद्वारे त्यानं ठरवलेलं कोणतंही कार्य तो करू शकतो. मग ते कितीही कठीण असलं तरीही! जोपर्यंत एखादं काम करायचं तो मनोमन ठरवत नाही किंवा काम पूर्ण होत नाही त्यावेळी त्याचं खापर इतरांच्या माथ्यावर फोडतो. तोपर्यंत तो निरनिराळी कारणं पुढे करतो आणि त्या सबबीतच गढून जातो. सबबी देणं तर अगदी सोपं आहे. त्या कोणीही देऊ शकतं. परंतु कितीही कारणं असली, तरीदेखील त्या सर्वांतून मार्ग काढून तुम्ही ठरवलेलं कार्य पूर्ण करायला शिकणं महत्त्वाचं ठरतं. म्हणून 'माझ्याकडे वेळ कमी आहे' ही सबब न सांगता जो काही वेळ तुमच्याकडे आहे त्या कालावधीत तुमची सर्व कामं तुम्ही निश्चितच पूर्ण करू शकता.

एखादं कार्य पूर्ण करण्यासाठी आवश्यक मुदत ठरवून त्या कालावधीत तुम्ही ते पूर्ण करू शकता. उदाहरणार्थ, एखादं काम करण्यासाठी तुम्हाला दहा दिवसांची मुदत देण्यात आली आहे. अशा वेळी ते काम नऊ दिवसातच पूर्ण होईल या हिशेबाने कार्ययोजना आखून त्यानुसार कार्यवाही केली, तर ते काम कोणताही ताणतणाव न घेता अगदी नऊ दिवसातच सहजपणे पूर्ण होईल. अशावेळी आपल्याकडे काम पूर्ण करण्यासाठी दहा दिवस आहेत असा विचार करू नका.

तुम्ही हे पुस्तक वाचत आहात. याचाच अर्थ, तुम्ही वाचनासाठी खर्च होणारा वेळ हा स्वतःच्या विकासासाठी राखला आहे असा होतो. अशा प्रकारे स्वतःला दिलेला हा वेळ तुमच्या जीवनात फार मोठा चमत्कार घडवून आणेल.

वेळेचा कल्पकतेने उपयोग करण्यासाठी, तुम्ही दहा दिवसात पूर्ण होणारं काम नऊ दिवसातच पूर्ण करण्याची सवय लावून घ्यायला हवी. उरलेल्या एका दिवसात काही तरी सर्जनशील कार्य करायला हवं. या एका दिवसात तुम्ही जे काही कराल, तेच तुमच्या विकासाचं कारण बनेल. विश्वात आजपर्यंत जे काही आविष्कार झाले आहेत, ते रिकाम्या वेळेतच झाले आहेत. एखादा मनुष्य बाथ टबमध्ये स्नान करताना त्या मोकळ्या वेळेत त्याला जे काही सुचलं त्यामुळे मोठमोठे शोध लागले.

हा नियम तुम्हालादेखील लागू होतो. म्हणून तुम्हीदेखील एखादं काम पूर्ण

करण्यासाठी मिळालेल्या मुदतीच्या आतच ते पूर्ण करायचं ठरवून त्यानुसार कार्ययोजना ठरवा. मग तिचं तंतोतंत पालन करून ते तडीस न्या. उदाहरणार्थ, शंभर दिवसांनी तुम्हाला एखादी परीक्षा द्यायची आहे. अशा वेळी नव्वद दिवसातच अभ्यास पूर्ण करण्याचा संकल्प करून त्यानुसार अभ्यासाची आखणी करायला हवी. कारण त्या शंभर दिवसांचे दहा हिस्से करून तुम्ही एक हिस्सा स्वतःला द्या. जेणेकरून या दहा दिवसांचा उपयोग करून तुम्ही त्या परीक्षेत पहिला नंबर मिळवाल. या दहा दिवसात तुम्ही असा काही विचार कराल, परीक्षेत असं काही कराल, जे इतर विद्यार्थी करू शकणार नाहीत. हे दहा दिवस म्हणजे तुमच्यासाठी परीक्षेत सफल होण्यासाठी मोठं बीज ठरेल. या दहा दिवसातील एक दिवस स्वतःसाठी काढला, तर ते सर्जनशील कार्यासाठीचं महत्त्वपूर्ण बीज ठरेल. हे बीज महान कार्य करू शकतं, म्हणून याला कधीही क्षुल्लक समजू नका. अन्यथा बरेचसे विद्यार्थी परीक्षेसाठी शंभर दिवस असतील, तर दिलेला अभ्यास पूर्ण करण्यासाठी तो पूर्ण वेळ घालवतात. अशानेत्यांच्याकडे उजळणीसाठीदेखील वेळ उरत नाही. मग घाईगडबडीत अभ्यास करून रडतखडत पेपर देऊन येतात. परिणामी त्यांना म्हणावं तसं यश मिळत नाही.

वरील उदाहरण वेळेसंबंधी होतं. हाच नियम प्रेमाच्या बाबतीतही लागू होतो. तुमच्याकडील प्रेमाची पुंजी वाढवायची असेल, तर त्यातील एक हिस्सा स्वतःला द्या आणि नऊ हिस्से इतरांना द्या. स्वतःसाठी राखलेला एक हिस्सा हीच तुमची पुंजी समजा. मनुष्य आयुष्यभर इतरांकडून प्रेम मिळावं, अशी अपेक्षा करतो आणि दुःखी राहतो. 'मला प्रेम मिळालं, तरच मी इतरांना ते देऊ शकेन,' अशीच त्याची धारणा असते. मात्र तोच प्रेमाचा स्रोत आहे, हे महत्त्वपूर्ण रहस्य जीवनभर त्याच्यासमोर उलगडत नाही. वास्तविक त्याला इतरांकडे प्रेम मागण्याची आवश्यकताच नसते, उलट तोच इतरांना प्रेम देऊ शकतो. तो जितकं प्रेम इतरांना देईल, तितकं त्याच्या जीवनात प्रेम वाढेल. जो स्वतःवर प्रेम करू शकतो, तोच इतरांवर प्रेम करू शकतो.

प्रेमाचा एक महत्त्वपूर्ण पैलू आहे, 'क्षमा.' खरंतर प्रेम आणि क्षमा या एकाच नाण्याच्या दोन बाजू आहेत. जिथे प्रेम नांदत असतं, तिथे क्षमा असतेच. जो मनुष्य स्वतःला माफ करू शकतो, तो इतरांनादेखील माफ करू शकतो. पण इतरांना माफ करणं माणसाला खूप कठीण जातं. 'मी कधी स्वतःलादेखील माफ केलं नाही, तर याला कसं काय माफ करू?' असा विचार तो करतो. परंतु असा विचार करून तो

स्वतःच बंधनात अडकतो, याची त्याला कल्पनाच नसते. क्षमा करून मनुष्य बंधनांतून मुक्त होऊ शकतो. हे झालं क्षमा करण्याविषयी. आता क्षमा मागण्याविषयी पाहू या. आपल्याकडून कामात एखादी चूक झाली, तर आपण बॉसची माफी मागतो. एखाद्यावर रागावलो, तर शांत झाल्यावर त्याची माफी मागतो. असं करणं अगदी योग्य आहे. पण त्याचबरोबर मनुष्यानं स्वतःचीदेखील माफी मागायला हवी. दिवसभर आपण स्वतःविषयी उलट सुलट विचार करत राहतो. अशा वेळी आपण स्वतःकडे क्षमायाचना करायला हवी. हे पाऊल उचलून आपण स्वतःला आदर आणि प्रेम देत असतो.

आतापर्यंत आपण वेळ आणि प्रेम यांवर हा नियम कसं कार्य करतो, हे जाणलं. पैशाच्या बाबतीतही हा नियम लागू होतो. पैशाच्या समृद्धीसाठी प्रत्येकाने आपल्या उत्पन्नातील एक हिस्सा स्वतःसाठी राखून ठेवायला हवा. नऊ हिश्शांमधून सर्व आवश्यक खर्च भागवायला हवेत. उदाहरणार्थ, पेपर बिल, दूधवाल्याचं बिल, लाइट बिल, किराणा, नोकरांचा पगार इत्यादी. सर्वसाधारणपणे लोक अमुक बिल द्यायचंय, तमुक टॅक्स भरायचाय या बाबी लक्षात ठेवतात. माणूस सर्वांकडे लक्ष देतो, पण स्वतःलाच विसरतो. आपल्या उत्पन्नाचे दहा हिस्से करून त्यातील एक हिस्सा स्वतःसाठी राखून ठेवला, तर तो तुमच्यासाठी अतिशय मोठं कार्य करेल. हे करत असताना, 'एवढ्याच पैशात सर्व गरजा कशा भागतील,' असा विचार तुमच्या मनात येईल. परंतु पैशाचा योग्य रीतीने विनियोग केला, तर या पैशात तुमचे सर्व खर्च भागू शकतात. यासाठी गरज आहे, ती पैशाविषयीचं हे रहस्य जाणून आपल्या जीवनात याची अंमलबजावणी करण्याची.

पैसा हे मनुष्याचं साध्य बनता कामा नये. पैसा येताच लोकांचा अहंकार वाढतो, त्यांची व्यसनं वाढतात. मग व्यसनांमुळे व्यर्थ खर्च वाढतात आणि त्याच्या संपत्तीला उतरती कळा लागते. साहजिकच त्याचं जीवन नरक बनतं.

बऱ्याचशा लोकांची ही धारणा आहे, की त्यांचं आज जे उत्पन्न आहे ते दहापटींनी वाढलं, तर त्यांची आर्थिक समस्या संपुष्टात येईल. परंतु उत्पन्नात भरीव वाढ होऊनदेखील त्यांची 'पैसा कमी आहे... पैसा पुरत नाही...' ही समस्या कायम राहते. म्हणून अनावश्यक खर्च टाळण्यासाठी प्रत्येकानं खर्चाचं अंदाजपत्रक तयार करायला हवं. कारण माणसाच्या इच्छांना अंतच नसतो, त्यामुळे तो नको तिथे पैसा खर्च करतो. परंतु खर्चाचं अंदाजपत्रक बनवून दररोज होणाऱ्या खर्चाची लिखित नोंद ठेवली, आणि ती ठरावीक काळाने वाचली, तर आपला अनावश्यक खर्च कुठे झाला, निष्काळजीपणा कोठे झाला, कोणता मूर्खपणा

झाला, या गोष्टी स्वतःलाच स्पष्ट दिसू लागतील. यानंतर तुम्ही प्रत्येक वेळी बजेट बनवण्यासाठी आग्रही राहाल. तसंच खर्च करतानादेखील सजग राहाल. साहजिकच अनावश्यक खर्चाला कात्री लागेल आणि तुमच्याकडून पैशाची बचत होऊ लागेल. त्यातून तुम्ही तुमच्या श्रद्धेनुरूप जे दानकर्म, पुण्यकर्म करू इच्छिता तेदेखील सहजतेनं होईल. मग या विश्वास-बीजाचं रूपांतर एका मोठ्या वृक्षात कधी झालं, ते तुमच्या लक्षातही येणार नाही.

अंदाजपत्रक हे आपल्यासाठी संरक्षण मंत्र्याचं काम करतं. हे आपली तुच्छ इच्छांपासून सुटका करतं आणि उच्च इच्छांच्या पूर्तीसाठी आपल्याला आधार देतं. म्हणून प्रत्येकानं आपलं आर्थिक अंदाजपत्रक लिखित स्वरूपात अगत्यपूर्वक करायला हवं.

आता कित्येक गोष्टी अशा असतील, ज्या तुम्ही तुमच्या उत्पन्नातील नऊ भागांमधून खरेदी करू शकत नाही, त्या वेगळ्या लिहून ठेवा. त्यांच्यासाठी एक मॅजिक बॉक्स तयार करून त्यावर 'मी रोज चमत्काराची आशा करतो (I expect miracles daily).' असं लिहा. आतापर्यंत तुमच्या ज्या इच्छा पूर्ण झाल्या नाहीत त्या एका कागदावर लिहून तो कागद त्या मॅजिक बॉक्समध्ये ठेवा. हे केल्याने समृद्धीचा वृक्ष बहरत जाईल आणि त्याने बचतीच्या हिश्शातदेखील वाढ होत जाईल. म्हणजेच आपण बचत रूपात ठेवलेल्या पैशामुळे आपल्याकडे आणखी पैसे आले. परंतु हे पैसे म्हणजे आपल्या मूळ धनाचीच बाळं आहेत, असं समजून ते कधीही खर्च करायचे नाहीत, असा निश्चय करा. लोक हे पैसे खर्च करतात म्हणून त्यांच्या समृद्धीचा वृक्ष कधीही बहरत नाही, त्याची वाढ खुंटते. म्हणून प्रत्येकानं समृद्धीचा वृक्ष सतत वाढत राहील याबद्दल सतर्क राहायला हवं. दृढ निष्ठेने तुम्ही हे कार्य करत राहिला, तर अनावश्यक खर्च टळतील आणि नशिबावर अवलंबून न राहता तुम्हाला भाग्यवान बनण्याची संधी प्राप्त होईल.

आजपासूनच इतरांच्या पैशावर डोळा ठेवण्याऐवजी स्वतःच्या पैशावर लक्ष द्यायला सुरुवात करा. आपल्या जीवनाचं लक्ष्य साध्य करण्यासाठी, पैसा राजमार्ग बनू शकेल याकडे लक्ष द्या. कारण पैसा साधन आहे, साध्य नव्हे. हे समजलं तर पैसा आपल्यासाठी वरदान बनेल.

आता आपण ध्यानाबाबतही हाच नियम अनुसरून कार्य करू आणि ध्यानाचे

अत्युच्च लाभ मिळवू. वास्तविक 'ध्यान' ही मनुष्यासाठी सर्वोच्च दौलत आहे. परंतु ती प्राप्त करण्यासाठी दररोज ध्यान करायला हवं. अशा प्रकारे ध्यानाचा एक हिस्सा स्वतःला दिला, तर त्यायोगे तुमचा केवळ आत्मविकासच नव्हे, तर आध्यात्मिक विकासही होईल.

ध्यानासाठी ठरावीक वेळ आणि काळ निश्चित करा. दररोज निरंतरतेनं ठरावीक वेळी ध्यानासाठी बसा. हळूहळू ध्यानाचा कालावधी वाढवत राहा. जे जास्त काळ ध्यानासाठी बसू शकत नाहीत, त्यांनी सुरुवातीला कमीत कमी दहा मिनिटं तरी ध्यान करावं. प्रत्येक महिन्याला एक-दोन मिनिटांनी हा कालावधी वाढवत न्या. अशा प्रकारे तुमची ध्यानाची दौलत वृद्धिंगत होत राहील.

अशा रीतीने या अध्यायात दिलेल्या कार्ययोजनेची अंमलबजावणी करून आपलं जीवन समय, प्रेम, पैसा आणि ध्यान यांनी समृद्ध बनेल.

अध्याय
२१

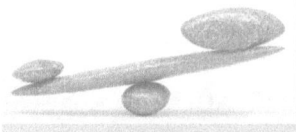

अनावश्यक खर्च टाळा

ज्ञानाचं महत्त्व

तुमच्यापुढे दोन पार्सल ठेवली आहेत. त्यातल्या एका पार्सलमध्ये एक लाख रुपये आहेत आणि दुसऱ्या पार्सलमध्ये एक पुस्तक आहे. पैसे कसे वाढवावेत आणि त्यांचा योग्य उपयोग कसा करावा, याचं मार्गदर्शन त्या पुस्तकात दिलेलं आहे. आता तुम्हाला जर सांगितलं, की या दोन्ही पार्सलमधलं एक निवडा. तर तुम्ही काय कराल? कोणतं पार्सल निवडाल? अशा परिस्थितीत ९९ टक्के लोक, एक लाख रुपये असलेलं पार्सलच निवडतात. त्यांना वाटतं, की आपण योग्य निवड केली. पण काही दिवसांनी त्यांची परिस्थिती पुन्हा पहिल्यासारखीच होते. पैशांचा योग्य उपयोग कसा करावा, याचं ज्ञान त्यांना नसतं. कारण एक लाख रुपये केव्हाच संपलेले असतात. तात्पर्य, लोक ज्ञान आणि समज यांऐवजी पैशांना जास्त महत्त्व देतात आणि तिथेच फार मोठी चूक करतात.

अनावश्यक खर्च

मनुष्य आपलं धन अनावश्यक खर्च करून संपवतो किंवा कंजूस बनून सापाप्रमाणे फणा काढून त्या धनावरच बसून जातो. जे लोक नशिबाची पूजा करतात, त्यांच्याबाबतीत असं घडतं. एखाद्याला लॉटरीच्या मार्गाने पैसा मिळताच, त्याची अनावश्यक खर्च करण्याची सवय वाढत जाते. परिणामी काही दिवसातच त्याचा पैसा संपतो, पण त्याची इच्छांची भूक काही केल्या शमत नाही. एखाद्याला कडकडून भूक लागली असताना भोजन मिळालं नाही की जे हाल होतात, अगदी तसेच हाल इच्छांच्या जाळ्यात अडकणाऱ्यांचे होतात. कारण एक इच्छा पूर्ण झाली, की दुसरी पूर्ण करण्याच्या मागे तो

लागतो. मग तिसरी... चौथी... हे चक्र चालूच राहतं आणि तो दुःखाच्या खाईत जातो. याचप्रमाणे पैसे संपले तरी त्याची पैशाविषयीची आसक्ती तशीच राहते. पैशांची इच्छा त्याला स्वस्थ बसू देत नाही. परिणामी त्याचं जीवन नरक बनतं.

कंजूस मनुष्याला स्वतःच्या क्षमतेवर विश्वास नसतो

कंजूस माणसावर काही पैसा खर्च करायची वेळ आली, की तो स्वतः तर त्रस्त होतोच. पण त्याचबरोबर तो कुटुंबातील इतर सदस्यांनादेखील त्रस्त करतो. जवळचे पैसे संपले तर पुन्हा कसे कमवायचे याची चिंता त्याला सतावत असते. याचं कारण त्याचा त्याच्या योग्यतेवर, क्षमतेवर विश्वास नसतो. त्याने त्याची योग्यता वाढवण्याचं काम केलंच नाही. त्याने त्याच्या नशिबावरच काम केलंय. तो लॉटरी आणि भाग्य यांच्यातच गुंतून राहिल्याने त्याची क्षमता यांचा विकासच होऊ शकला नाही. याउलट जे लोक पैसे कमावण्याची यक्षमता प्राप्त करतात, ते निश्चिंत असतात. ज्या ज्या वेळी पैशाची गरज भासते, त्या त्या वेळी त्यांना स्वतःच्या योग्यतेचं स्मरण होतं. परिणामी ते पैसे मिळवण्याच्या नवनव्या सर्जनशील कल्पना साकारतात. कारण 'पैसा समस्या नसून सर्जनशील कल्पना नसणं हीच खरी समस्या आहे,' हे ते जाणून असतात.

संधी ओळखा आणि त्यानुसार आपल्या विचारांना प्रशिक्षण द्या

लोकांना जेव्हा त्यांच्या विचारांना दिशा देण्याचं प्रशिक्षण मिळतं, तेव्हा त्यांची योग्यता वाढते. योग्यता वाढणं म्हणजे एखादी नवीन भाषा शिकणं, कॉम्प्युटरसंबंधी नवनवीन प्रोग्रॅम्सचं ज्ञान संपादन करणं, एखादी कला हस्तगत करणं. आपल्या कार्यक्षेत्रात अधिक चांगली सेवा देण्यासाठी मी काय करू शकतो, यांवर विचार करणं, हेदेखील स्वतःची योग्यता वाढवणंच आहे. योग्यता वाढवल्यानेच तुमच्याकडे पैसा येऊ लागेल. म्हणून प्रत्येकाने नशिब आणि भाग्य बदलण्यासाठी कार्यरत होण्याऐवजी योग्यता आणि क्षमता वाढवण्याचं कार्य करायला हवं.

मनुष्याने आपली योग्यता वाढवण्यासाठी उचित निर्णय घेण्याची कला अवगत करायला हवी. त्याचबरोबर संधी ओळखण्याची कलादेखील शिकायला हवी. कारण संधीच्या रूपानंच भाग्य तुमच्याकडे येत असतं. अन्यथा मनुष्य नशिबाला दोष देत रडत बसतो, 'तो किती नशिबवान आहे... त्याच्याकडे भरपूर पैसा आहे... मीच कमनशिबी आहे.' परंतु जो संधी अचूक हेरतो त्यालाच भाग्यशाली म्हटलं जातं. जो संधी अचूक

हेरतो, तोच भाग्यशाली बनू शकतो. जो आळस घालवू शकतो, योग्य वेळी पैशाची बचत करू शकतो, बँकेत पैसे जमा करू शकतो, तोच खरा भाग्यशाली. अन्यथा, बचतीसारख्या गोष्टी 'उद्या करू' असं म्हणून टाळत राहिला तर बहुमूल्य वेळ मनुष्याच्या हातून निसटून जातो.

पैशाचं संवर्धन करण्यासाठी आपल्या उत्पन्नाचे दहा हिस्से करून त्यातील एक हिस्सा बचतीसाठी राखून ठेवा. त्या बचतीची योग्य लोकांच्या सल्ल्याने गुंतवणूक करा. तो पैसा अशा योजनांमध्ये गुंतवा, जेणेकरून तो वाढत राहील. सतत वाहत असलेलं पाणी नेहमी स्वच्छ आणि ताजं राहतं. परंतु साठलेल्या पाण्याला मात्र दुर्गंधी येते, ते खराब होतं. तद्वतच साठलेला पैसादेखील दुर्गंधयुक्त बनतो. म्हणजेच तो 'ब्लॉक' बनतो. म्हणून पैशाचं योग्य मार्गानं संवर्धन करणं गरजेचं आहे.

वेगवेगळी अवास्तव अमिषं दाखवून बचतीसाठी योजना आपल्यासमोर येत असतात. जसं 'अमुक इतकी रक्कम गुंतवा आणि तमुक कालावधीत दहापट परतावा घ्या' वगैरे. पैशाची बचत करताना अशाप्रकारच्या अमिषांना कदापि बळू पडू नका. कारण लोक अशा फसव्या योजनांमध्ये पैसे गुंतवून आपली आयुष्यभराची सर्व पुंजी घालवून बसतात आणि आयुष्यभर पश्चात्ताप करण्याखेरीज त्यांच्या हातात काहीच उरत नाही. म्हणून रातोरात श्रीमंत होण्याचं दिवास्वप्नं पाहणं टाळायला हवं. जे योग्य सल्ला देतात त्यांच्या मदतीने आपण बचत केलेल्या पैशाची योग्य गुंतवणूक करा.

अध्याय २२

देण्यात कंजूसी करू नका
विपूलतेच्या भावनेचं फळ

निसर्गाला आपण जे काही द्याल, ते तो कितीतरी पटींनी वाढवून आपल्याला परत करतो. म्हणून देण्यात कधीही कंजूसी करू नका. मनुष्य विचार करतो, 'मी जर कुणाला काही दिलं, तर माझ्याकडे आहे ते संपून जाईल किंवा कमी होईल. परंतु मला जर कुणी काही दिलं, तर माझ्याकडे नवीन काही तरी येईल किंवा माझ्याकडे जे आहे, त्यात वाढ होईल.' अशा वैचारिक धारणेमुळे मनुष्य नवीन प्रयोग करायलाही धजत नाही. कुणाला काही देण्याची वेळ आली, की त्याचा हात मागे खेचला जातो. परिणामी तो समृद्धीपासून सदैव दूर राहतो.

वास्तविक इतरांना काही 'देणं' हे जमिनीत बीज रोवण्यासारखं असतं. पुढे त्या बीजाचं फळ आपल्यालाच मिळणार असतं. एखादा शेतकरी जर योग्य वेळी शेतात बी पेरताना हालगर्जीपणा करत असेल, कंजूसी करत असेल, तर ते पाहून तुम्ही त्याला म्हणाल, 'बी वाचवण्याच्या नादात त्यानं निसर्गाला काम करण्याची संधीच दिली नाही. निसर्ग म्हणजेच 'ईश्वर, गुणक (मल्टिप्लायर) नियती!' आपण दिलेली प्रत्येक गोष्ट तो कित्येक पटींनी वाढवून आपल्याला परत देत असतो. यासाठीच सर्वप्रथम आपण योग्य रीतीनं 'द्यायला' म्हणजेच बीज रोवणं शिकायला हवं.

प्रत्येकानं आपापल्या जीवनात ज्या काही समस्या आहेत, उणिवा आहेत, त्यांबद्दल रडत न बसता त्या समस्या सुटण्यासाठी योग्य पद्धतीने बीज टाकत राहायला हवं, जेणेकरून निसर्गाला त्यावर काम करता येईल आणि आपल्याला जे काही हवंय ते प्राप्त होऊ

शकेल. निसर्गाला काहीही द्या त्याच्यावर तो त्वरित काम सुरू करतो. मग ते अत्यल्प असलं तरीदेखील. शून्याचा हजार, दहा हजार, लाख, कोटी यांपैकी कोणत्याही संख्येने गुणाकार केला, तरीही त्याचं उत्तर 'शून्य'च येणार. म्हणून थोडंसं का होईना परंतु बीज टाकणं आवश्यक आहे. तुमच्याद्वारे रोवलेलं एक छोटंसं बीजदेखील मोठा चमत्कार करू शकतं.

भावनेचं फळ

लोक विश्वास-बीज टाकतात; पण ते उचित भावनेनं टाकत नाहीत. बीज टाकताना मनुष्याची जी भावना असते, तिचेच परिणाम पुढे दिसून येतात. आपण जे काही देतो, त्यामागील भावना आणि क्षमता यांनुसार निसर्ग आपली बीजं कैक पटींनी वाढवत असतो. आपण एखाद्या व्यक्तीला काही दान देता त्यावेळी ती व्यक्ती केवळ एक माध्यम असते. वास्तविक आपण त्या व्यक्तीच्या माध्यमातून निसर्गालाच देत असतो. मग ते दान धन, श्रम, वेळ, प्रार्थना आणि विचार यांपैकी काहीही असो.

'मी भिकाऱ्याला पैसे दिले... मी गरिबाला मदत केली... मी माझ्या मित्राला आर्थिक मदत केली... त्यात माझे इतके पैसे खर्च झाले... इतके पैसे गेले... एवढी रक्कम डुबली...' कुणाला काही देताच बहुसंख्य लोक असाच विचार करतात. ज्याप्रकारे ब्लॉटिंग पेपर शाई शोषून घेण्याचं कार्य करतो, अगदी त्याचप्रकारे असे विचारदेखील कार्य करतात. बीज टाकताना गेल्याची, कमी झाल्याची भावना असेल, तर ते जळून नष्ट होतं. मग निसर्ग कशावर काम करणार? हा विषय अधिक स्पष्ट होण्यासाठी वरील उदाहरण दिलं आहे. तात्पर्य, यात शब्द वा विचार यांमागील भावनेला अधिक महत्त्व आहे.

'त्याला दिल्यामुळे माझं अमुक अमुक संपून गेलं' या धारणेने जेव्हा लोक कर्म करतात, तेव्हा त्यांना फळदेखील तसंच मिळतं. त्यांना त्यांच्या जीवनात 'हे गेलं, ते नष्ट झालं, हे संपलं' असंच दिसून येतं.' त्यामुळे काही देण्याची वेळ येताच त्यांचे हात कापू लागतात आणि कुठून काही मिळणार असेल, कोणी काही देत असेल, तर ते घेताना लोक अगदी अधीर, खुशीत असतात. परंतु जे मिळालंय ते गुणक बनत नाही, तर जे देतो तेच गुणक बनतं, म्हणजेच कित्येक पटींनी वाढून आपल्याला परत मिळतं. प्रत्येकानं ही वस्तुस्थिती सतत स्मरणात ठेवायला हवी. आपण जे काही आनंदानं, खुशीनं, सद्भावनेनं, सद्सद्विवेकबुद्धीनं देतो त्याचाच निसर्ग गुणाकार करून आपल्याला कित्येक पटींनी परत करतो.

कंजूस लोकांना हा निसर्गनियम अथवा निसर्गरहस्य समजलं तर ते दिलदार बनतील. तुम्हाला 'माझ्याकडे पैशाची उणीव आहे' या भावनेतून मुक्त होऊन धनवान बनायचं असेल, तर 'मनुष्याचा देण्या-घेण्याचा व्यवहार हा केवळ ईश्वराशीच होत असतो' हे प्रथम समजून घ्यावं लागेल. भलेही प्रत्येक वेळी माध्यम वेगवेगळं असेल.

म्हणून दान देताना स्वतःशीच म्हणायला हवं, 'मी कोणा व्यक्तीला हे देत नाहीये, तर निसर्गाला देत आहे, जो सर्वांत मोठा गुणक आहे. निसर्ग मला प्रत्येक गोष्ट कित्येक पटींनी परत करतो.' अशी भावना बाळगून दिलेलं दान तुम्हाला समृद्धी आकर्षित करणारा चुंबक बनवेल. अर्थात, तुम्ही जे काही द्याल ते खुशीनं आणि योग्य समजेसह द्या. त्यानंतर दातादेखील (ईश्वर, निसर्गदेखील) प्रत्येक गोष्ट तुम्हाला भरपूर प्रमाणात देऊ शकेल. हेच जीवनाचं रहस्य आहे.

निसर्गाची बँक

निसर्ग ही सर्वश्रेष्ठ बँक आहे आणि इतर बँकांचे जसे काही नियम असतात, तसेच या बँकेचेदेखील काही विशेष नियम आहेत. ते खालील प्रकारे आहेत -

१. तुम्ही जे काही देता त्यावर निसर्ग कार्य करतो आणि ते तुम्हाला गुणाकार करून (कित्येक पटींनी) वाढवून परत करतो.

२. प्रत्येक जण या बँकेचा खातेदार आहे. परंतु काही लोकच या बँकेत ठेव ठेवतात. बहुसंख्य लोक या खात्यातून पैसे काढण्यातच आनंद मानतात.

३. जे लोक घेण्यात नव्हे, तर देण्यात खुशी मानतात त्यांना या बँकेकडून प्रेम, पैसा, समय, ध्यान या सर्व गोष्टी विपूल प्रमाणात मिळतात.

४. या बँकेचं कार्य अदृश्यात चालू असतं, त्यामुळे ते सर्वांना दिसत नाही.

५. ही बँक असीम, अनंत आणि समृद्ध आहे. या बँकेकडून तुम्हाला धन-दौलत प्राप्त करायची असेल, तर तुम्ही या या बँकेत विश्वास, श्रद्धा आणि समजरूपी ठेव जमा करायला हवी.

६. तुम्ही एखाद्या गरजवंताला काही मदत करतेवेळी, 'मी हे निसर्ग नावाच्या बँकेत जमा करत आहे. मी हे कोणा व्यक्तीला अथवा संस्थेला देत नसून निसर्गाला देत आहे' ही समज बाळगायला हवी.

७. ही बँक तुमच्याकडे किती धन आहे, याचा पडताळा घेत नाही, तर तुमचे भाव कसे आहेत हे तपासते. तुम्ही कंजूसपणानं जीवन व्यतीत करत असाल, तर निसर्ग तुम्हाला मदत करू शकत नाही.

८. तुमच्याकडे 'विपूलतेची' भावना असेल, तर निसर्ग तुम्हाला प्रत्येक गोष्ट भरपूर प्रमाणात प्रदान करतो. मग ते धन असो वा प्रेम, ज्ञान असो वा भक्ती, युक्ती असो वा शक्ती. म्हणून नेहमी विपूलतेच्या भावनेत राहा आणि निसर्गाची उदारता अनुभवा.

आपला संबंध आणि संपर्क हा केवळ स्रोताशी (सोर्सशी, सेल्फशी) म्हणजेच निसर्गाशी असतो. याचाच अर्थ, आपण जेव्हा एखाद्याला काही मदत करत असतो, तेव्हा वास्तविक आपण स्वतःलाच मदत करत असतो. म्हणून तुमच्याकडे ज्या ज्या उत्तम गोष्टी असतील, त्या इतरांना द्यायला सुरुवात करा, ज्यायोगे उत्तमोत्तम गोष्टींचा ओघ तुमच्या जीवनात विपूल प्रमाणात होत राहील.

समजा, तुमच्याकडे असा एखादा ड्रेस आहे, जो तुम्हाला अजिबात आवडत नाही. मग तुम्ही विचार करता, 'तसंही मला हा ड्रेस आवडत नाही, मग तो कुणाला तरी देऊन टाकू. या निमित्तानं एखादं दान घडेल.' परंतु अशा भावनेनं केलेलं दान हे खरं दान नव्हे. दान देण्याची ही योग्य पद्धत नाही. तुमच्याकडे जे सर्वोत्तम आहे, ते द्यायला शिका. एखादी नावडती वस्तू असेल, तर ती द्याच. परंतु त्याचबरोबर आपल्या आवडीचे कपडे वा अन्य वस्तूदेखील वर्षातून एखाद्या वेळी तरी इतरांना द्या. तुमचा किमती वेळ, शक्ती, युक्ती (आयडिया), गरजवंताला देत राहा. अशाने तुम्ही कंजुसीतून मुक्त व्हाल.

पुढे काही उदाहरणं दिली आहेत, त्यांच्या साहाय्याने तुम्ही तुमच्या जीवनात कुठे कंजुसी करता हे जाणून, त्यातून मुक्त कसं होता येईल यावर मनन करा.

- एखाद्या गरजवंताला आर्थिक मदत करणं
- एखाद्याच्या चांगल्या गुणांची प्रशंसा करणं
- एखाद्याला गरजेच्या वस्तू देणं (कपडे, भोजन इत्यादी)
- एखाद्या नैसर्गिक आपत्तीच्या वेळी श्रमदान करणं
- विश्वशांतीसाठी प्रार्थना करणं

कित्येक लोक सांगत असतात, ते या शहरात आले, तेव्हा त्यांच्याकडे केवळ

शंभर रुपये होते आणि आज मात्र ते अमुक कंपनीचे मालक आहेत. हे ऐकून त्यांनी कोणती बीजं रोवली असतील, यांवर कधी विचार केला का? त्यांनी कशा प्रकारे कार्य केलं असेल? दिवस-रात्र कष्ट, काही तरी करून दाखवण्याची धमक, विनम्रता, संकटांना धैर्यानं तोंड देण्याची तयारी, गरजवंतांना मदत करण्याची दानत, यांसारख्या गोष्टी त्यांनी बीजरूपात रोवल्या त्यामुळेच ते आज यशाच्या शिखरावर विराजमान झाले आहेत. परंतु विपूल प्रमाणात संपत्ती असूनदेखील 'तिचा विनियोग केला, तर ती संपून जाईल' या भीतीने कंजुसी करायला सुरुवात केली, तर त्यांनी स्वतःची पूर्वावस्था आठवायला हवी. 'मी या उद्योगाला कशी सुरुवात केली होती... त्यावेळी माझ्यात कोणता विश्वास होता...' अशा गोष्टींचं स्मरण केल्यानं त्यांचा पूर्वीचा विश्वास परतून येईल आणि भीतीबरोबरच कंजुसीदेखील नाहीशी होईल.

विश्वास-बीज, विपूलतेचं पीक

आपल्याकडून विश्वासरूपी बीज पेरलं जातं, तेव्हाच आपल्याला विपूलता आणि आश्चर्याचं पीक लाभतं. याउलट आपण कंजुसीरूपी बीज टाकतो, तेव्हा दारिद्र्य, अविश्वास आणि अभाव यांचं पीक आपल्या हाती येतं. 'जीवनाच्या प्रत्येक स्तरावर विपूलतेचा, मुबलकतेचा अनुभव करणं आणि हर प्रकारच्या सूक्ष्म कंजुसीतून मुक्त होणं' हेच मनुष्य-जीवनाचं मुख्य उद्दिष्ट आहे. आपण जर खऱ्या अर्थानं कंजुसीतून मुक्त झालो, तरच विश्वाला भेडसावणाऱ्या भ्रष्टाचार, दहशतवाद, उपासमार, प्रदूषण यांसारख्या समस्या नाहीशा करण्यासाठी आपल्याला 'विश्वास-बीज' टाकणं शक्य होईल. तसं पाहिलं तर विश्वातील प्रत्येक समस्या विलीन होऊ शकते, मात्र यासाठी गरज आहे, ती सर्वप्रथम प्रत्येकानं कंजुसपणाच्या वृत्तीतून मुक्त होण्याची.

आपल्यात 'औदार्य आणि विपूलता' हे दोन्ही भाव असतील, तर आपण कोणत्याही समस्येतून मुक्त होण्यासाठी विश्वास-बीज पेरू शकतो. कंजुसीतून मुक्त होताच, समस्यामुक्तीचे सर्जनशील उपाय दृष्टिपथात येऊ लागतात आणि एक समस्या सोडवण्यासाठी अनेक उपाय आपल्या समोर येऊ लागतात. जे लोक कंजुसीतून मुक्त झाले, त्यांच्याद्वारेच विश्वात अनेक सर्जनशील कल्पना पुढे आल्या आणि त्यातूनच आश्चर्यकारक शोध लागले. आपल्या जीवनात जो समृद्धीचा ओघ चालू असतो त्यामध्ये कंजुसपणाच्या वृत्तीमुळे बाधा निर्माण होते आणि तो प्रवाह तेथेच थांबतो. म्हणूनच सर्वांनी कंजूस वृत्तीतून मुक्त होण्याची कला आत्मसात करायला हवी.

अध्याय
२३

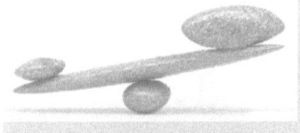

लक्ष्मी तुमच्यावर प्रसन्न राहो

पैसा ही एक रचना आहे

जे लोक सावधान असतात, त्यांच्यावरच लक्ष्मीचा वरदहस्त असतो. कारण हे लोकच आपली योग्य जपणूक करतील याचा तिला विश्वास असतो. जी माणसं बेपर्वा असतात त्यांच्यापासून लक्ष्मी दूरच राहते. कारण हे लोक आपला योग्य सांभाळ करणार नाहीत याची तिला खात्री असते. आपण पैसे सांभाळू शकतो, वाढवू शकतो हे जो सिद्ध करतो, त्यालाच लक्ष्मी प्रसन्न होते. जेव्हा तुम्ही तुमच्याकडे असलेले थोडेसे पैसेही व्यवस्थित सांभाळता, ते योग्य गुंतवणूक करून वाढवायचा प्रयत्न करता, तेव्हाच लक्ष्मीला तुमची खात्री पटते. या माणसाला आणखी जास्त धन दिलं, तरी तो ते व्यवस्थित राखू शकेल असा विश्वास तिला वाटतो.

पैशांबाबत बरेचदा दोन टोकं बघायला मिळतात. काही माणसं विचार न करता पैसे उडवतात. तर काही लोक इतके कंजूस असतात, की धनाच्या हंड्यावर वेटोळं घालून बसलेल्या नागाप्रमाणे धनाचं रक्षण करत बसतात. जणू काही पैसाच त्यांचा मालक बनलेला असतो. तुम्ही या दोन्ही टोकांपासून स्वत:ला दूर ठेवायचं आहे. जी काही मिळकत होईल ती ईश्वराची संपत्ती समजून त्याचे समान दहा भाग करा. त्यातला एक भाग स्वत:साठी राखून त्याची योग्य प्रकारे गुंतवणूक करा. ती संवर्धित होत राहील याची काळजी घ्या. ही छोटीशी परंतु बहुमोल युक्ती तुम्हाला समजली, तर लक्ष्मी तुमच्यावर नेहमी प्रसन्न राहील. तुम्ही कमावलेला पैसा नकली शान आणि पार्ट्यांमध्ये घालवू नका. तो सुरक्षित राहील याची काळजी घ्या.

ज्या लोकांना कधी पैशांची आठवणही येत नाही, त्यांनाच लक्ष्मी प्रसन्न होते. मात्र जे दिवसरात्र पैशांचाच विचार करतात, ते करोडपती जरी झाले तरी लक्ष्मी त्यांच्यावर प्रसन्न होत नाही. ते लक्ष्मीचे गुलाम असतात. ज्यांच्यावर लक्ष्मी प्रसन्न असते त्यांना पैशांची गरज भासेल, तेव्हा ते कुठूनही सहजपणे उपलब्ध होतात. म्हणून नेहमी लक्ष्मीची प्रार्थना करा आणि ऐश्वर्यात, ईश्वरीय विचारात राहा.

पैसा हे वरदान आहे, त्याला शाप बनवू नका

पैसा ही ईश्वराचीच रचना आहे. पैसा ही ईश्वराची सर्जनशील निर्मिती आहे. त्यामुळे पैशाचा आनंद घ्यायला हवा. पैशामुळे लोक सर्वप्रकारची देवघेव व्यवस्थितपणे करू शकतात. लोकांमधील देवाणघेवाण सुरळीत व्हावी, सर्व व्यवहार सहजतेनं करता यावेत यासाठी पैशांची निर्मिती केली गेली आहे. परंतु काही लोकांकडे भरपूर पैसा आला, की त्यांचा अहंकार वाढतो. परंतु पैसा साध्य नसून साधन आहे, हे भान जागृत ठेवलं तर पैसा वरदान ठरेल. पण तेच साध्य समजून त्याच्या मागे धावत राहिलात, तर पैसा हा शाप ठरेल. पैसा तुमच्यासाठी कधीही अभिशाप बनू नये याची प्रत्येकाने पुरेपूर काळजी घ्यायला हवी.

तुमच्याकडे पैसा येताच तुम्ही जर इतरांचं नुकसान करू लागलात, एखाद्याच्या कार्यात अडथळा आणू लागाल, तर तुमचं हे वर्तन अतिशय अयोग्य आहे. असं करून तुम्ही एक अशी चुकीची सवय अंगी बाणवत आहात, जी भविष्यात तुम्हाला खूपच त्रासदायक ठरू शकेल.

लक्ष्मी आली की विवेक निघून जातो असं म्हणतात. कारण लक्ष्मी आल्यावर काही लोकांचा अहंकार जागृत होतो. मग अहंकार आला, की त्याचा हात धरून बाकीचे विकारही येऊ लागतात. अशा विकारी परिस्थितीत लक्ष्मी आनंदानं नांदू शकत नाही. ती निघून जाते. म्हणून पैसा आपल्या कमाईचा असो किंवा दुसऱ्यांकडून उधार घेतलेला असो, त्याचा योग्य तो मान राखला गेला पाहिजे. स्वतःचे पैसे असले तरी ते योग्य प्रकारे वापरून गुंतवले पाहिजेत. दुसऱ्यांकडून कर्ज म्हणून घेतलेले असतील तर ते लवकरात लवकर त्यांना परत केले पाहिजेत. अशावेळी बजेट करताना कर्जाची परतफेड करायला प्राधान्य देऊन त्यासाठी वेळ दिला पाहिजे. कर्जाची रक्कम परत करण्यासाठी मिळकत वाढवून युक्ती आणि साहसही मिळवलं पाहिजे. काही कारणवश आपण एखाद्याचे पैसे

लगेच देऊ शकत नसेल तर त्याला जाऊन सांगा, मला 'तुमचे पैसे द्यायचेच आहेत पण त्यासाठी थोडा अवधी हवाय. मी जास्त मेहनत करून तुमचे पैसे लवकरात लवकर देण्याचा प्रयत्न करणार आहे.' हे ऐकून समोरचाही खुश होईल. अशाप्रकारे आपल्याला कर्जदारांकडून दूर पळायचं नाही तर त्यांच्याशी वार्तालाप करायचा आहे. तुम्ही खरोखरच त्यांचे पैसे परत करू इच्छित आहात. तुम्ही कोणताही ब्लॉक टाकत नाही याची त्यांना खात्री होऊ द्या. तुम्ही अशा सर्व गोष्टींची काळजी घेतली, तर पैसा तुमच्यासाठी अभिशाप न बनता वरदानच सिद्ध होईल.

अध्याय
२४

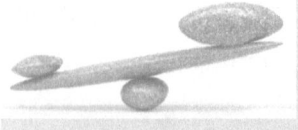

प्रेमाची दौलत

पृथ्वीचे उतराई व्हा

कित्येक लोक नेहमी इतरांचा तिरस्कार आणि द्वेष करतच राहतात. कारण त्यांना त्यांच्या आसपास घडणाऱ्या घटनांचा आणि लोकांचा स्वीकार करण्याची, तसंच त्यांना क्षमा करण्याची समज नसते. बऱ्याच वेळा त्यांची तिरस्कारांतून मुक्त होण्याची इच्छा असतानादेखील ते त्यातून बाहेर पडू शकत नाहीत. म्हणून आपल्या अंतर्यामी प्रेम जागृत करण्यासाठी इतरांना माफ करण्याची कला शिकायला हवी.

जगात प्रेम हीच अशी गोष्ट आहे, जी घेण्याने नव्हे तर दिल्याने मिळते. आपलं मन आणि शरीर जेव्हा प्रेममय बनतं, तेव्हा ते विश्वातील सर्व सकारात्मक शक्ती, आनंद आणि शांती अगदी सहजतया ग्रहण करू शकतं. जी गोष्ट आपल्याकडे आहे, तीच आपण इतरांना देऊ शकतो. इतरांना प्रेम देण्याने आपली तिरस्काराच्या दुश्चक्रातून सुटका होते आणि आपण प्रेमाच्या सुचक्रात स्थापित होऊ शकतो.

स्वतःवर प्रेम करायला शिका

प्रेमाचा एक हिस्सा जो आपण वाचवाल, त्याला आपली संपत्ती समजायला हवी. ध्यानाचा वाचवलेला एक हिस्सा म्हणजे आपली दौलत समजा. तद्वत पैशाची बचत करून वाचवलेला एक हिस्सा म्हणजे आपली मालमत्ता किंवा खजिना समजा. तसंच वेळेची बचत करून राखलेला एक हिस्सा वेळ म्हणजे आपली संपत्ती आहे, असं समजायला हवं. संपत्ती, खजिना आणि दौलत असे वेगवेगळे शब्द या संदर्भात वापरले जातात. प्रेमासोबत संपत्ती, ध्यानासोबत दौलत, पैशासोबत खजिना तर वेळेसोबत

धनसंपदा असे शब्द दिले गेले. ही संपत्ती आपल्याला जमा करायची आहे. ही संपत्तीच तुमच्या विकासात खूप मोठा हातभार लावेल. यानंतर तुम्ही वेगवेगळ्या समस्यांचे बहाणे देऊन सत्यापासून दूर न राहता जीवनात सत्यालाच प्राधान्य द्याल.

तुमच्यासाठी एकीकडे प्रेमाचं पुस्तक ठेवलेलं आहे, तर दुसरीकडे जंगी पार्टीचं आयोजन करण्यात आलंय. तिथे तुमच्यावर स्तुतिसुमनं उधळली जाणार आहेत. तुमच्यावर केलेल्या कविता ऐकवल्या जाणार आहेत. अशा परिस्थितीत बहुसंख्य लोक पुस्तकाऐवजी पार्टीचीच निवड करतील. कारण इतरांकडून त्यांची भरपूर प्रशंसा व्हावी... त्यांचा जनसंपर्क वाढावा... अशीच त्यांची इच्छा असते. 'प्रेम, ध्यान, समय' या विषयांवरील पुस्तक काय कामाचं' असा विचार ते करतात. सर्वांचं प्रेम त्यांना मिळावं, सर्वांनी त्यांच्याकडे लक्ष द्यावं, सर्वांनी त्यांचं ऐकावं हीच त्यांची कामना असते.

पृथ्वीचं कर्ज आणि तेजप्रेम

तुम्हाला पृथ्वीच्या कर्जातूनदेखील मुक्त व्हायचं आहे. ज्यावेळी तुमचं प्रत्येक मनुष्याशी, वस्तूशी तेजप्रेमाचं नातं बनतं त्यावेळीच तुम्ही पृथ्वीच्या ऋणातून मुक्त होता. प्रत्येकाविषयी तुमच्या मनात तेजप्रेम जागृत होऊ लागलं, तर तुम्ही पृथ्वीच्या ऋणातून मुक्त झाला असं समजा. लोक जेव्हा त्यांच्या आई-वडिलांसाठी निमित्त बनतात. म्हणजेच जेव्हा मुलांमुळे त्यांचे आई-वडिल सत्यप्राप्तीचा मार्ग अनुसरतात, तेव्हा ती मुलं त्यांच्या आई-वडिलांच्या कर्जातून मुक्त होतात. तुम्हाला पृथ्वीच्या कर्जातून मुक्त व्हायचं असेल, तर प्रत्येकाशी तुमचं तेजप्रेमाचं नातं प्रस्थापित व्हायला हवं. मग भले तो तुमचा शेजारी, बॉस, जुना मित्र यांपैकी कोणीही असो. अशा कोणाचाही तुम्ही तिरस्कार करत असाल, तर अद्याप तुम्ही पृथ्वीच्या कर्जातून मुक्त झाला नाही असंच समजायला हवं. तुम्ही ईश्वराकडे 'समय आणि साहस' या गोष्टींची मागणी करून लवकरात लवकर या कर्जातून मुक्त व्हायला हवं. आपल्या सर्वोच्च इच्छापूर्तीमध्ये निम्न इच्छा बाधा बनू नयेत, याची काळजी घ्यायला हवी.

हे रहस्य समजल्यामुळे तुमची क्षमता वाढल्याचं तुमच्या लक्षात येईल. तुमच्यात पैशाच्या छाप आणि काटा या पैलूंशिवाय असणारा हृदयरूपी तिसरा पैलू प्रकट व्हायला हवा. सत्याच्या यात्रेत सहभागी झालेला साधक जेव्हा या गोष्टी जाणतो, तेव्हा तो त्याच्याकडील प्रेम, समय, ध्यान आणि पैसा या गोष्टींचा उचित उपयोग करू शकतो.

ध्यान, ध्यानावर कसं परतावं, हे आपण पुस्तकाच्या पहिल्या खंडात जाणलं. जेव्हा आपण एक हिस्सा ध्यानावर केंद्रित करतो, तेव्हा ध्यानाची दौलत वृद्धिंगत होते. आपण जेव्हा स्वतःवर प्रेम करू लागतो, तेव्हा इतरांवर प्रेम करणं आपल्याला सहज शक्य होतं.

तेजप्रेम म्हणजे बेशर्त, निरपेक्ष, असीम प्रेम. ज्यात कुठलीही सीमा नाही, जिथे परमानंद मिळू शकतो असं प्रेम. अशा प्रेमाचं दहा हिश्शात विभाजन करून एक हिस्सा स्वतःला दिला तर आपण मुक्त होऊ शकतो. आपण योग्य गोष्टींकडे लक्ष केंद्रित केलं, तर आपल्यात चांगले गुण विकसित होतील. मूर्तीच्या निमित्तानं लोकांनी ईश्वराच्या गुणांवर लक्ष केंद्रित करावं हेच मूर्तिपूजेचं रहस्य आहे. आपल्यातील एक हिस्सा जेव्हा आपण ईश्वराच्या उपासनेसाठी खर्च करतो, तेव्हा आपल्यात ईश्वरीय गुण वाढू लागतात.

हे पुस्तक वाचल्यानंतर आपला अभिप्राय कृपया या पत्त्यावर अवश्य पाठवा.
Tej Gyan Global Foundation,
Pimpri Colony Post Office,
P. O. Box 25, Pune - 411 017. Maharashtra (India).

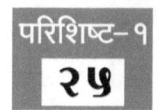

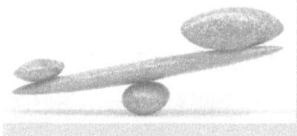

परिशिष्ट-१

२५

ध्यानाची डिक्शनरी

तीन चुका टाळा

ध्यानाद्वारे सत्यप्राप्ती साधण्यासाठी कार्यरत झालेला साधक कुठल्याही कारणाने अटकू शकतो, भटकू शकतो अथवा त्याला एखादी भीती सतावू लागते. अशा वेळी त्याने गुरूंवर विश्वास ठेवून पुढील तीन चुका होऊ नयेत, याविषयी सजगता बाळगायला हवी.

पहिली चूक : अज्ञान आणि बेहोशी

सजगता कमी असल्यामुळे अज्ञान आणि बेहोशी मनुष्यावर पटकन स्वार होते. परिणामी त्याची सत्यप्राप्तीची यात्रा मध्येच थांबते. म्हणून साधकानं सजग राहून सत्यप्राप्तीसाठी मार्गक्रमण करणं गरजेचं असतं.

दुसरी चूक : अप्रशिक्षित मन

माणसाकडून आणखी एक चूक होते, ती म्हणजे तो स्वतःला प्रशिक्षण देत नाही. त्यामुळे त्याचं मन अकंप बनत नाही. त्याचं मन अकंप नसल्यामुळे छोट्या छोट्या घटनांमुळे तो डगमगू लागतो. त्याचं मन कंपित होतं आणि त्याची पुढची वाटचाल संपुष्टात येते. म्हणून मनाला प्रशिक्षित करणं महत्त्वाचं आहे.

तिसरी चूक : भविष्याच्या कल्पनेत गुंतणं

मनुष्य भविष्याच्या कल्पनेत गुंग होतो. ही साधकाकडून होणारी तिसरी चूक.

वास्तविक ध्यान करताना साधकानं पूर्णपणे वर्तमानात राहून स्वदर्शन करत राहायला हवं. त्याचबरोबर मधून मधून स्वतःला प्रश्न विचारायला हवा- 'मी कोण आहे? पृथ्वीवर का आलो आहे?'

तीन चुकांतून बाहेर पडण्यासाठी उपाय

या तीन चुकांमधून सावरण्यासाठी साधकानं सर्वप्रथम जी चूक केली असेल, ती पूर्णपणे स्वीकारायला हवी. त्यानंतर 'गुड मॉर्निंग पीस' असं म्हणून शांतीला आमंत्रित करायचं आहे.

प्रत्येक श्वासोच्छ्‌वासाबरोबर 'स्वीकार' या शब्दाचं उच्चारण करा. प्रत्येक श्वास आत जात असताना आपल्या मनात स्वीकारभाव आणा. हा व्यायाम शिकून तुम्ही स्वतःला सावरू शकाल.

जोपर्यंत या व्यायामाचं प्रशिक्षण साधकाला मिळत नाही, तोपर्यंत त्याच्या सत्यप्राप्तीच्या यात्रेत बाधा निर्माण होतात. त्याचं मन प्रशिक्षित नसल्यामुळे कंपित होत राहतं. अगदी किरकोळ घटनांमध्येदेखील तो घाबरून जातो आणि त्याची पुढील वाटचाल थांबते. म्हणून साधकानं प्रशिक्षण घेऊन मनाला अकंप आणि निर्मल बनवायला हवं.

आपण एखाद्याचा तिरस्कार करू लागतो, तेव्हा त्याला क्षमा करू शकत नाही. क्षमा न केल्याने आपल्या मनातील मळभ दूर होत नाही. पण हे मळभच आपल्या ध्यानामध्ये बाधा निर्माण करतं. त्याचबरोबर आपल्या जीवनात ज्या सकारात्मक गोष्टींचा प्रवाह सुरू असतो, त्यात व्यत्यय येतो. क्षमा करताच ही मलीनता धुतली जाऊन आपलं मन स्वच्छ, शुद्ध बनतं. इतकंच नव्हे, तर क्षमा केल्याने आपल्यातील दुर्भावना नष्ट होऊ लागतात. सर्व प्रकारची बंधनं सुटू लागतात आणि आपण बंधनमुक्त होऊ लागतो. इतरांना क्षमा करता करता आपण ईश्वराकडे क्षमायाचना करू लागतो, त्यामुळे आपण ताणतणाव व अपराधीपणाच्या भावनेतून मुक्त होतो आणि आपल्याला दिलासा मिळतो. त्यामुळे ध्यान व्यवस्थित होण्यास मदत मिळते. परिणामी आपल्याला मुक्तीची अनुभूती येते. कारण ज्या भावनांमुळे आपण कर्मबंधनात गुरफटलो गेलो होतो, त्यातून आपली सुटका होते. आता आपण ध्यानाच्या डिक्शनरीद्वारे १३ गोष्टी शिकून घेऊ. यातील काही बाबी ध्यानापूर्वी, काही ध्यानादरम्यान तर काही ध्यानानंतर करायच्या आहेत.

ए टू झेड - ध्यान-डिक्शनरीतील १३ महत्त्वपूर्ण मुद्दे

*१) ए.बी. - अनुभव, भक्ती   AB

ए फॉर अनुभव, बी फॉर भक्ती. अनुभव आणि भक्ती या दोन्ही बाबी म्हणजे पक्ष्याचे दोन पंखच समजायला हवेत. साधकाला हे दोन पंख प्राप्त झाले, की साधक योग्य रीतीने ध्यान करून आपलं उद्दिष्ट साध्य करू शकतो. म्हणून साधकानं वरील दोन बाबींचं महत्त्व जाणायला हवं.

विश्वात जी काही नावं आहेत, ती सर्व 'ए.बी.' AB मध्येच आहेत. म्हणून अनुभव आणि भक्तीविषयी ऐका, पाहा आणि त्यांचं दर्शन करा. अनुभव आणि भक्ती यांच्या साहाय्याने यात्रेचा प्रारंभ करा.

**२) बी.सी. - भूतकाळ, मिस्ड कॉल   BC

बी.सी. भूतकाळ, मिस्ड कॉल. जो कॉल मिस झाला तो बी. सी. आहे. बी.सी. हे शब्द भूतकाळाकडे निर्देश करण्याकरिता उपयोगात आणले आहेत.

थोडा विचार करा, 'तुम्ही जेव्हा भूतकाळाच्या जोखडातून मुक्त व्हाल, तेव्हा तुमचं जीवन कसं असेल?' त्यावेळी तुमचे सर्व विचार 'फ्रेश' असतील. ते तेजस्थानातून (हृदयातून) आलेले असतील. मग हृदयातून जे विचार येतील आणि त्यानुसार तुमच्याकडून कार्य होईल ते उत्तमच नव्हे, तर सर्वोत्तम होईल यांत शंकाच नाही.

'पास्ट इज डेड.' भूतकाळाच्या राखेतून काहीही हाती लागत नाही. हे लक्षात ठेवून ध्यानादरम्यान स्वतःला भूतकाळाच्या विचारांपासून मुक्त करा. नेहमी मनाला भूतकाळापासून परावृत्त करून वर्तमानात राहण्यासाठी प्रेरणा द्या.

**३) सी.डी. - भविष्याची सी.डी.   CD

भविष्याची जी शिडी आपण चढत असतो, ती ध्यानामध्ये खाली येता कामा नये. ध्यानामध्ये भूतकाळापासून मुक्त होणं जितकं महत्त्वाचं, तितकंच भविष्याच्या कल्पनेपासून मुक्त होण्याचं आहे. म्हणून ध्यान करत असताना मनाला भविष्यातील कल्पनांमध्ये रममाण होऊ देऊ नये. अशा रीतीने वर्तमानात राहून तुम्ही ध्यान योग्य पद्धतीने करू शकाल.

**४) इ.एफ/ – इजिली फरगिव्ह EF

इ.एफ.चा अर्थ आहे, 'इजिली आस्क फरगिव्हन्स' म्हणजेच 'क्षमायाचना करणे.' क्षमा मागणं का आवश्यक आहे, हे प्रथम समजून घेतलं, तर ध्यानादरम्यान तुमच्या मनात तिरस्काराचे विचार येणार नाहीत.

समजा, तुम्ही एका गर्दीच्या रस्त्याने गाडीवर जात आहात आणि अशात कोणी तुमच्या बाजूने कट मारून गेला आणि जाता जाता त्यानं तुम्हाला शिव्यादेखील दिल्या. तेव्हा हे ऐकून तुम्हीदेखील मनातल्या मनात त्याला शिव्या हासडू लागला, त्याला दुषण देऊ लागला. वास्तविक तो माणूस शिव्या देऊन कधीच पसार झाला पण तुम्ही मात्र त्याचाच विचार करत कुढत बसता. अशा वेळी तो माणूस दोषी नसून निसर्गानं तुमचीच शिवी तुम्हाला परत केली आहे, ही समज बाळगायला हवी. ती शिवी तुमचीच होती, म्हणून तुमच्याकडे आली. वास्तविक ते तुमचंच पार्सल होतं. तुमच्याद्वारे जी काही कर्मं घडलीत त्यामुळेच तुमच्या जीवनात काही घटना घडत आहेत, हे त्यावेळी लक्षात येत नाही.

तो माणूस शिव्याच्या रूपात तुमचं पार्सल तुमच्याकडे सुपूर्द करून गेला, तेव्हा तुम्ही काय केलं? ते पार्सल तुम्ही कसं स्वीकारलं? त्यावेळी तुम्ही कोणतं भावबीज टाकलं? या सर्व बाबींचा बारकाईनं विचार करा. त्यानं शिव्या दिल्या म्हणून प्रत्युत्तरादाखल तुम्हीदेखील तेच करत आहात. खरंतर तुम्ही आश्चर्य करू शकला असता– 'अरे! या माणसाला मी ओळखतदेखील नाही. तो मला शिव्या देऊन गेला म्हणजे इतके दिवस माझ्या शिव्या त्याच्याकडे पडून होत्या तर! पण आज त्या माझ्याकडे परत आल्या. त्यामुळेच मला हे समजलं.' तुम्हाला जर ही समज असेल, तर तुम्ही ही घटना अगदी शांतपणे हाताळाल. अन्यथा मनातल्या मनात त्या माणसाला शिव्या देऊन पुन्हा कर्माचं आणखी एक खातं उघडाल.

गर्दीतून जात असताना ज्या माणसानं तुम्हाला शिव्या दिल्या त्याच्याबद्दल तुमच्या मनात वाईट विचार जरी आले तरी आता तुम्ही सजग झाला आहात. कारण या घटनेबद्दलची समजदेखील तुम्हाला मिळाली आहे. आता त्या माणसाच्या शिव्यांमुळे झालेला तुमचा जळफळाट, कुढणं, दोष देणं या गोष्टींमुळे एक कर्मबंधन तयार होतं. हे कर्मबंधन तोडण्यासाठी आता आपण पुढील पावलं उचलू या –

प्रथम ही घटना पूर्णपणे स्वीकार करू या. नंतर त्याची क्षमा मागून तुम्हीही त्याला क्षमा करा. वास्तविक यावेळी तुमच्या मनाचा अगदी जळफळाट झालाय, ते तिरस्काराने भरलंय. परंतु माझी गोष्ट माझ्याकडे पोहोचवण्यासाठी तो मनुष्य निमित्त बनलाय. म्हणून मी आता त्याची क्षमा मागतो. कारण यामुळे हे खातं बंद व्हावं, सगळा हिशेब स्पष्ट व्हावा.

आपण लोकांकडे अगदी सहजपणे क्षमा मागायला हवी आणि आपल्यालाही इतरांना सहजतेनं क्षमा करता यावी. आपल्याला लोकांकडे अगदी सहजपणे क्षमा मागता यायला हवी. तसंच इतरांनाही क्षमा करता यायला हवी. सुरुवातीला काही लोकांना क्षमा करणं तुम्हाला कठीण जाईल. तुमचं मन काही लोकांना क्षमा करू शकणार नाही. ते म्हणेल–'मी तर याला कधीच क्षमा करणार नाही. तो तर माझ्याशी असं वागला... तसं वागला...' परंतु योग्य समजेच्या साहाय्याने हे कार्य अगदी सोपं होत जाईल. मग क्षमा मागताना किंवा करताना तुमचं मन तिरस्कारांच्या विचारांनी घेरणार नाही. साहजिकच तुम्ही निर्विघ्नपणे ध्यान करू शकाल.

***५) जी.एच. – घर, हाउस, होम किंवा हार्ट (हृदय)   GH

जी.एच. चा अर्थ आहे घर, हाउस, होम किंवा हार्ट (हृदय). घरी जाणं म्हणजे आपल्या लक्ष्याप्रत पोहोचणं. ध्यानाद्वारे आपण आपल्या लक्ष्यापर्यंत पोहोचू शकतो. यालाच हेड टू हार्ट म्हणजेच डोक्यापासून हृदयापर्यंत जाण्याची यात्रा असंदेखील म्हणू शकतो. आता प्रश्न असा निर्माण होतो, की इतका सरळ मार्ग असूनदेखील लोक घरी का पोहोचू शकत नाहीत? कारण लोक भूतकाळ उकरत राहण्यात आणि भविष्यातील कल्पनेत दंग राहतात. या सवयीमुळे आपल्या उद्दिष्टांप्रत पोहोचण्यापूर्वीच त्यांना वृद्धत्व गाठतं. म्हणून ध्यान करत आपण आपल्या घरी म्हणजेच जेथे ईश्वराची कृपा होते, जिथे ईश्वराचा वास असतो अशा मंदिरात पोहोचायचं आहे. यालाच 'ग्रेस हाउस' देखील म्हटलं आहे.

*** ६) आय.जे. – ईश्वरीय जगत, इंद्रजाल   IJ

आय.जे. म्हणजे ईश्वरीय जगत, इंद्रजाल, ज्यात आपण राहतो तो संसार. मनुष्याकडे सत्यज्ञान आणि समज असेल शिवाय तो निरंतर ध्यान करत असेल, तर हे इंद्रजाल त्याच्यावर मोहिनी घालू शकत नाही. अन्यथा मनुष्य या संसाररूपी भोवऱ्यात अडकून जातो.

ध्यानाद्वारे आंतरिक दर्शन मिळाल्यानंतर हे ईश्वरीय जगतदेखील आपल्यासाठी आरशाचं काम करतं. यालाच खुल्या डोळ्याचं ध्यान असं म्हणतात.

ज्या ज्या लोकांना तुम्ही भेटता ते सर्व लोक खरंतर तुमचाच आरसा आहेत. म्हणजेच ते तुमच्यासाठी आरशाचं काम करतात. प्रत्येकाला भेटल्यानंतर त्यांच्या रूपात तुम्हाला स्वदर्शन होत असेल, तर याचाच अर्थ, तुम्ही स्वतःला जाणत आहात. एखाद्याला पाहून जर तुमच्या मनात तिरस्कार निर्माण होत असेल, प्रेम उत्पन्न होत असेल, क्रोध उफाळून येत असेल, निराशेचं सावट अथवा भीती घर करत असेल किंवा तुलना करणारे विचार येत असतील, तर या सर्वांमधून तुम्हाला तुमचंच दर्शन होत आहे, हे निश्चित. ध्यानाच्या सरावाने तुम्हाला याविषयीची दृढता प्राप्त होईल.

* ७) के.एल. – कुल-मूल लक्ष्य (कमल)   KL

चिखलात राहूनदेखील कमळ जसं चिखलापासून दूर राहतं. पाण्याचा थेंबदेखील त्याला चिकटून राहत नाही, मग चिखल लागण्याचा तर प्रश्नच उद्भवत नाही. तसंच तुम्हीदेखील निर्मल बनून ध्यानाच्या साहाय्याने कुल-मूल लक्ष्य प्राप्त करायला हवं.

तुम्ही ज्या हेतूने पृथ्वीवर आला आहात, तो पूर्ण होत आहे का? तुम्ही कोण आहात हे अनुभवानं जाणलंय का? समजा, आज तुमची एखादी फॅक्टरी आहे... तुम्ही एखाद्या कंपनीचे मालक आहात... एखाद्या दुकानाचे मालक आहात... एखाद्या नामांकित कंपनीत काम करत आहात... आज तुमच्याकडे पैसा, प्रतिष्ठा, प्रसिद्धी या सर्व गोष्टींची विपूलता आहे तरीदेखील तुमच्याकडे 'कमल' म्हणजेच 'कुल-मूल लक्ष्य' नसेल, तर इतर सर्व उद्दिष्टं प्राप्त करूनदेखील तुम्ही लक्ष्यहीनच राहाल. म्हणून तुम्ही कुल-मूल लक्ष्य प्राप्त करण्यासाठी प्राधान्य द्यायला हवं. आतापर्यंत तुम्ही बरीच उद्दिष्टं साध्य केलीत. आता कमल प्राप्त करा. 'कुल-मूल लक्ष्य' प्राप्त करण्याचं उद्दिष्ट ठेवूनच ध्यानाला बसा.

* ८) एम. एन. – मदर नेचर, माय नेचर, मेरा निसर्ग   MN

तुम्ही जेव्हा निसर्गाच्या संपर्कात येता, तेव्हा तुमचं उद्दिष्ट साध्य करण्यासाठी तो तुम्हाला मदत करतो. म्हणून ध्यान करत असताना तुमचा निसर्गाशी सहज संपर्क होत राहील, असं स्थान ध्यानासाठी निवडा. उदाहरणार्थ, मोकळ्या हवेत ध्यान करा, तुम्ही

घरात ध्यान करत असाल, तर जवळ एखादं रोप लावलेली कुंडी त्या रुममध्ये ठेवा. जितकं शक्य होईल तितकं निसर्गाच्या संपर्कात राहण्याचा प्रयत्न करा.

**९) ओ.पी. ओल्ड पॅकेट्स, ओल्ड पार्सल OP

ओल्ड पॅकेट म्हणजे जुने अनुभव. हे अनुभव तुमच्या ध्यानात व्यत्यय आणतात. ज्या ज्या लोकांनी आठवणींचे पॅकेटस बांधले आहेत. म्हणजे तुम्ही ज्या लोकांविषयी वेगवेगळ्या घटना, प्रसंग तुमच्या स्मृतीपटलावर कोरून ठेवल्या आहेत, ते समोर दिसताच तुम्हाला ते प्रसंग आठवतात आणि त्यांच्याशी तुम्ही त्यानुसारच वागता.

**१०) क्यू.आर. – रियल क्वेशन, योग्य प्रश्न QR

'मी का आहे? मी कोण आहे?' हे प्रश्न ध्यानादरम्यान स्वतःला विचारायला हवेत आणि तेजस्थानावर म्हणजेच हृदयस्थानावर राहून यांची उत्तरं मिळवायला हवीत. हे प्रश्न विचारल्यामुळे तुम्ही शरीरापलीकडे असलेलं तुमचं खरं स्वरूप जाणू शकाल. जेणेकरून तुम्ही शरीर नसून शरीर तर तुमचा मित्र आहे, याची प्रचिती तुम्हाला येईल.

तुमचा शर्ट किंवा कुर्ता फाटला तर तुम्ही 'मी फाटलो' असं म्हणत नाही. कारण तुम्ही शर्ट किंवा कुर्ता यांपैकी काहीही नाही, हे तुम्हाला चांगलं माहिती आहे. पण जेव्हा तुम्ही 'मला वेदना होत आहेत' असं म्हणता, तेव्हा शरीरासोबत जे काही घडत आहे, ते माझ्याबरोबरच घडत आहे, असं मानता. इथेच खरी गडबड होते. यामुळेच सगळे त्रास सुरू होतात. मनुष्याची ही सर्वांत मोठी चूक आहे. या चुकीमुळेच त्याला कितीतरी दुःखं भोगावी लागतात.

'मी का आहे? मी कोण आहे?' हे खूप गहन प्रश्न आहेत. म्हणून ध्यानादरम्यान स्वतःला हे प्रश्न सतत विचारत राहायला हवेत.

**११) एस.टी. – शंभर टक्के ST

जसं, पाणी १०० डिग्रीपर्यंत गरम केल्यानंतर त्याचं वाफेमध्ये रूपांतरण होतं. तद्वतच आपणही काही बाबतीत मनापासून काम केलं म्हणजेच एखाद्या कामात, एखाद्या कलेमध्ये १००% योगदान दिलं, तर आपल्यालाही आश्चर्यकारक परिणाम दिसून येतील.

उदाहरणार्थ, तुम्ही मनाला वर्तमानात राहण्याचं प्रशिक्षण देऊ इच्छित असाल, तर जेवण करत असताना, केवळ जेवणच करा. म्हणजे तुमचं सर्व लक्ष जेवणावरच

असू द्या, अगदी शंभर टक्के! अन्यथा माणूस जेवत असतो आणि त्याचवेळी त्याच्या मनात हजारो विचार चाललेले असतात.

स्नान करताना शंभर टक्के स्नानच करा. स्नान करताना जे जे करता ते पूर्णपणे लक्षपूर्वक पाहा - आता बादलीमध्ये पाणी भरत आहे... त्यानंतर मगमध्ये पाणी घेऊन डोक्यावर टाकत आहे... इत्यादी. अशा प्रकारे सर्व क्रिया पाहत राहा. यामुळे मन पूर्णपणे वर्तमानात राहू लागेल.

ध्यान करत असतानादेखील ध्यानासाठी ठरवलेल्या कालावधीमध्ये केवळ ध्यानच करा. म्हणजेच मनाला भूत-भविष्यात रममाण होऊ देऊ नका. मन ध्यानावरच केंद्रित करा. या काळात मनात काही विचार आले, तर त्यांची उपेक्षा करा.

***१२) यू.व्ही.डब्ल्यू. - उच्चतम विकसित वर्ल्ड UVW

तुम्ही जेव्हा ध्यान करून तुमच्या मूळ स्रोतावर म्हणजेच तुमच्या 'स्व-गृही', सोर्सवर पोहोचाल, तेव्हा घराच्या चहुबाजूला उच्चतम विकसित समाजाची निर्मिती होईल. सर्वप्रथम एक उच्चतम विकसित कुटुंब निर्माण होईल. म्हणजेच तुमचं कुटुंब उच्चतम विकसित बनेल. त्यानंतर तुमच्या कुटुंबाच्या आजूबाजूला उच्चतम विकसित समाज तयार होईल. पुढे याच उच्चतम विकसित समाजाकडून जे कार्य होईल त्याद्वारे निर्माण होईल-'उच्चतम विकसित वर्ल्ड.'

**१३) एक्स. वाय. झेड. - एक्स्ट्रा विचार XYZ

सर्व प्रकारच्या विचारांकडे साक्षीभावानं पाहा. निरंतर सरावाने तुम्ही सर्व विचारांपासून अगदी सहजपणे अलिप्त राहू शकाल. कोणताही विचार तुमच्या मनात प्रवेश करू शकणार नाही. एकाही विचारामुळे तुमच्या ध्यानात अडथळा निर्माण होऊ नये, यासाठी प्रथम प्रत्येक विचाराचा स्वीकार करा. त्याचबरोबर या विचारांबद्दल निरंतर क्षमा साधना करत राहा. अशा रीतीने ध्यानाच्या साहाय्याने तुम्ही तुमच्या उद्दिष्टाप्रत पोहोचू शकाल.

ध्यानाभ्यास करताना वरील १३ बाबी सविस्तरपणे लक्षात ठेऊन स्वतःला 'मी कोण आहे' हा प्रश्न विचारा तेव्हाच ध्यानाचं असली उद्दिष्ट पूर्ण होईल. इतकंच नव्हे, तर तुम्ही वर्तमान जीवनाचं रहस्य आनंदाच्या रूपानं अनुभवू शकाल.

परिशिष्ट–२

'सरश्रीं'द्वारे रचित इतर पुस्तकं

संपूर्ण ध्यान

२२२ प्रश्न

पृष्ठसंख्या : २४० । मूल्य : ₹ १९५

With VCD
Also available in Hindi & English

हे पुस्तक एक विशिष्ट पद्धतीचा आविष्कार आहे. 'ध्याना'सारख्या जटिल वा कठीण वाटणाऱ्या विषयाचा तळ सहजरीत्या गाठता येईल व आपल्या लक्षात येईल की 'ध्यान' अनाकलनीय नसून स्वतःचे असणे आहे, स्वतःचे अस्तित्व आहे. या पुस्तकात 'विद्यार्थी ते भक्तापर्यंतच्या' प्रवासाच्या वाटचालीतील ध्यानसंदर्भांशी निगडित प्रश्नांची उत्तरे सरश्रींनी दिली आहेत व ती दोनशे बावीस प्रश्नांद्वारे दिलेल्या उत्तरांच्या स्वरूपात आहेत. 'ध्यान' संदर्भातील लोकांचे प्रश्न, शंकांचे निराकरण करणे, उकल करणे तसेच प्रत्येक साधकाला त्याच्या अवस्थेनुसार उत्तर देणे हा या पुस्तकाचा एकमेव हेतू आहे. ध्यानाच्या बाबतीत निखळलेले दुवे साधण्याचा प्रयत्न यात केला आहे. 'ध्याना'सारख्या विषयाला सहज, सुलभ व सोपे करण्यासाठी याची पाच भागांत विभागणी केली आहे. तुम्ही जर पूर्वीपासूनच ध्यानविधींचा अभ्यास करत असाल, तर प्रस्तुत पुस्तकात तुम्हाला ध्यानाबाबत असणारे बारकावे समजतील. शिवाय तुमच्या मनातील सर्व प्रश्नांची उत्तरंही मिळतील.

उर्वरित अर्धं आयुष्य कसं जगावं, हे जाणून घेण्यासाठी आपण आपलं निम्मं आयुष्य देऊ शकता का? आपण आपल्या जवळची अर्धी रक्कम हे जाणून घेण्यासाठी खर्च करु शकता का, ज्यामुळे उरलेली अर्धी रक्कम कशी खर्च करावी, हे समजेल? या दोन्ही प्रश्नांची उत्तरं जर 'होय' असतील, तर तुमच्या हातात असणारं पुस्तक म्हणजे तुमची आद्य आवश्यकता आहे

ध्यान दीक्षा

ध्यानाचे दान - 'स्व' साक्षीचं ज्ञान

पृष्ठसंख्या : १९२ । मूल्य : ₹ १५०

With VCD
Also available in Hindi

माणसाच्या जीवनात जोपर्यंत मनासारख्या घटना घडत राहतात तोपर्यंत त्याला ध्यानाची आवश्यकता वाटत नाही. पण जर का एखादी मनाविरूद्ध घटना घडली तर मात्र शांती प्राप्त करण्यासाठी तो बेचैन होतो. अशा वेळी जर ध्यानदीक्षा घेतली तर जीवनात फक्त शांतीच प्राप्त होते असे नाही तर त्याच बरोबर मोक्षाची महायात्रा सुद्धा घडू शकते.

हे पुस्तक ध्यान मार्ग, मौन साधनेवर काम करण्यासाठी एक प्रायोगिक सराव पुस्तक आहे. ध्यान वेळेचा अपव्यय नसून एक आवश्यक ठेव, अनमोल साठा आहे, ही समज या पुस्तकात दिलेली आहे. या द्वारे ध्यानाचे प्रशिक्षण घेऊन निश्चितच आपण आपली क्षमता वाढवू शकता. त्याचप्रमाणे स्वतःला जाणून खऱ्या अर्थाने आपले जीवनही सफल बनवू शकता.

प्रस्तुत पुस्तकात बावन्न प्रकारच्या ध्यानपद्धती दिल्या असून त्या आकलनासाठी अत्यंत सहज, सरळ आणि सुलभ आहेत. ध्यानाची सुरूवात करणाऱ्या साधकापासून वर्षानुवर्षे ध्यानसाधना करणाऱ्या साधकापर्यंत, सर्वांनी आवर्जून वाचायला हवं, असं हे पुस्तक! शरीराप्रमाणे मनालाही विश्रांतीची गरज असते. ध्यानामुळे मन तणावमुक्त तर होतंच, पण हा झाला बोनस! आपल्याला बोनसमध्ये न अडकता, मोक्षाचं अंतिम ध्येय साध्य करायचंय. पण मोक्षप्राप्तीची यात्रा सुरू होते, ध्यानापासून!

ध्यान नियम
आध्यात्मिक उन्नतीचा दिव्यमार्ग

पृष्ठसंख्या : १७६ | मूल्य : ₹ १५०

With DVD
Also available in Hindi

विचार... मानवी जीवनाला लाभलेलं दुर्मिळ वरदान! विचारांना दिशा दिली तर मनुष्य मनःशांतीच्या शिखरावर पोहोचू शकतो, पण विचारांच्या कोलाहलात हरवलेली व्यक्ती मात्र जणू दुःखाशीच मैत्री करते. सुख असो वा दुःख, यामागे कारणीभूत असतात मनुष्याचे विचार! पण सुख-दुःखाच्या पलीकडे मात्र अखंड मौनाचं, निर्विचार अवस्थेचं परमसुख असतं. हे परमसुख तेव्हाच प्रकटतं, जेव्हा मनुष्य नकारात्मक विचारांतून सकारात्मक विचारांप्रत आणि शेवटी निर्विचार अवस्थेप्रत पोहोचतो. या अवस्थेत ना कोणतं दुःख असतं, ना कोणता अहंभाव... तिथे असते केवळ स्वतःच्या असली अस्तित्वाची जाणीव... शरीर, मन, बुद्धी या सर्वांच्या पार असणारा एकात्मभाव... विश्वाशी तादात्म्य पावलेलं शुद्ध अस्तित्व आणि प्रेम, आनंद, मौनाची विलक्षण अवस्था!'ध्यान नियम' हे पुस्तक म्हणजे वाचकांना निर्विचार अवस्थेप्रत घेऊन जाणारा आध्यात्मिक उन्नतीचा दिव्यमार्गच!

यात समाविष्ट आहेत, ध्यानाशी निगडीत एकूण ९० भाग. प्रत्येक भागात वाचकाला ध्यानाबाबत नवीन दृष्टिकोन प्राप्त होतो. शिवाय, तो नकारात्मक विचारांतून पूर्णतः मुक्त होत त्याची समाधी अवस्थेकडे यात्रा सुरू होते.

एक अल्प परिचय
सरश्री

स्वीकार मंत्र मुद्रा

सरश्रींचा आध्यात्मिक शोध त्यांच्या बालपणापासूनच सुरू झाला होता. हा शोध सुरू असताना त्यांनी अनेक प्रकारच्या पुस्तकांचा अभ्यास केला. त्याचबरोबर आपल्या आध्यात्मिक शोधात मग्न राहून त्यांनी अनेक ध्यानपद्धतींचा अभ्यास केला. त्यांच्या या शोधाने त्यांना अनेक वैचारिक आणि शैक्षणिक संस्थांमध्ये जाण्यासाठी प्रेरित केले.

सत्यप्राप्तीच्या शोधासाठी जास्तीत-जास्त वेळ देता यावा, या तीव्र इच्छेने त्यांना, ते करत असलेले अध्यापनाचे कार्य त्याग करण्यास प्रवृत्त केले. जीवनाचे रहस्य समजण्यासाठी त्यांनी बराच काळ मनन करून आपले शोधकार्य सतत सुरू ठेवले. या शोधाच्या शेवटी त्यांना 'आत्मबोध' प्राप्त झाला. आत्मसाक्षात्कारानंतर त्यांना जाणवले, की सत्यापर्यंत पोहोचण्याच्या प्रत्येक मार्गांत एकच सुटलेली कडी (मिसिंग लिंक) आहे आणि ती म्हणजे 'समज' (Understanding).

सरश्री म्हणतात, 'सत्यप्राप्तीच्या सर्व मार्गांचा आरंभ वेगवेगळ्या प्रकारे होतो, परंतु सर्वांचा शेवट मात्र 'समजे'ने होतो. ही 'समज'च सर्व काही असून, ती स्वतःच परिपूर्ण आहे. आध्यात्मिक ज्ञान प्राप्तीकरिता या 'समजे'चे श्रवणसुद्धा पुरेसे आहे' हीच 'समज' प्रदान करण्यासाठी सरश्रींनी 'तेजज्ञानाची' निर्मिती केली. तेजज्ञान ही आत्मविकासातून आत्मसाक्षात्कार प्राप्त करण्याची संपूर्ण ज्ञानप्रणाली आहे.

सरश्रींनी अडीच हजारांहून अधिक प्रवचन दिले आहेत आणि शंभरपेक्षा जास्त पुस्तकांची रचना केली आहे. ही पुस्तके दहापेक्षा अधिक भाषांमध्ये रूपांतरित केली गेली असून, पेंगुइन बुक्स, हे हाऊस पब्लिशर्स, जैको बुक्स, हिंद पॉकेट बुक्स, मंजुल पब्लिशिंग हाऊस, प्रभात प्रकाशन, राजपाल ॲण्ड सन्स इत्यादी प्रमुख प्रकाशन संस्थांद्वारा प्रकाशित केली गेली आहेत. सरश्रींच्या शिकवणीने लाखो लोकांच्या जीवनात परिवर्तन घडलं आहे. तसेच संपूर्ण विश्वाची चेतना वाढविण्यासाठी कित्येक सामाजिक कार्यांची सुरुवातही केली आहे.

तेजज्ञान फाउंडेशन परिचय

तेजज्ञान फाउंडेशन आत्मविकासातून आत्मसाक्षात्कार प्राप्त करण्याचा एक मार्ग आहे. यासाठी सरश्रींद्वारा एक अनोखी बोधप्रणाली (System for Wisdom) निर्माण झाली आहे. या प्रणालीला आंतरराष्ट्रीय प्रमाणपत्राद्वारे ISO 9001:2008 च्या आवश्यकतेनुसार आणि निकष पडताळून सरळ, व्यावहारिक आणि प्रभावी बनवलं गेलं आहे.

या संस्थेच्या प्रबोधनपद्धतीच्या भिन्न पैलूंना (शिक्षण, निरीक्षण आणि गुणवत्ता) स्वतंत्र गुणवत्ता परीक्षकांद्वारे (Quality Auditors) क्रमबद्ध पद्धतीने पडताळलं गेलं. त्यानंतर या पैलूंना ISO 9001:2008 साठी पात्र समजून या बोधपद्धतीला हे प्रमाणपत्र प्रदान करण्यात आलं.

या फाउंडेशनचे लक्ष्य आहे नकारात्मक विचारांकडून सकारात्मक विचारांकडे वाटचाल. सकारात्मक विचारांकडून शुभ विचारांकडे म्हणजे हॅपी थॉट्सकडे प्रगती. शुभ विचारांकडून निर्विचार अवस्थेकडे मार्गक्रमण आणि निर्विचार अवस्थेच्या अंती आत्मसाक्षात्कार प्राप्ती. 'मी सर्व विचारांपासून मुक्त व्हावे' हा विचार म्हणजे शुभ विचार (हॅपी थॉट्स). 'मी प्रत्येक इच्छेपासून मुक्त व्हावे', अशी इच्छा म्हणजे शुभ इच्छा.

तेजज्ञान म्हणजे ज्ञान व अज्ञान या दोहोंच्या पलीकडचे ज्ञान. पुष्कळ लोक सामान्य ज्ञानाच्या (General Knowledge) माहितीलाच ज्ञान मानतात. परंतु अस्सल ज्ञान आणि नुसती माहिती यांत फार मोठे अंतर आहे. आजमितीला लोक सामान्य ज्ञानाच्या उत्तरांनाच जास्त महत्त्व देतात. अशा ज्ञानाचे विषय म्हणजे कर्म आणि भाग्य, योग आणि प्राणायाम, स्वर्ग आणि नरक इत्यादी. आजच्या युगात सामान्यज्ञान प्राप्त करणारे लोक, शिक्षक मोठ्या प्रमाणावर आहेत; परंतु हे ज्ञान ऐकून जीवनात परिवर्तन घडून येत नाही. असे ज्ञान म्हणजे केवळ बुद्धिविलास आहे किंवा अध्यात्माच्या नावावर चाललेला बुद्धीचा व्यायाम आहे.

सर्व समस्यांवरील उपाय आहे तेजज्ञान. क्रोध, चिंता आणि भय यांपासून मुक्त जीवन म्हणजे तेजज्ञान. शारीरिक, मानसिक, सामाजिक, आर्थिक आणि आध्यात्मिक

प्रगतीचा, सर्वांगीण प्रगतीचा मार्ग आहे तेजज्ञान. तेजज्ञान आपल्या अंतरंगात आहे. येथे या आणि या गोष्टीचा अनुभव घ्या.

आपल्याला असे ज्ञान हवे आहे, की जे सामान्य ज्ञानापलीकडे आहे, जे प्रत्येक समस्येवरील उत्तर आहे, जे प्रत्येक समजुतीपासून, गृहीत धारणांपासून आपल्याला मुक्त करते, ईश्वरी साक्षात्कार घडविते, अंतिम सत्यात स्थापित करते. आता वेळ आली आहे शाब्दिक, सामान्यज्ञानातून बाहेर येऊन तेजज्ञानाचा अनुभव घेण्याची!

आजवर जप-तप, तंत्र-मंत्र, कर्म-भाग्य, ध्यान-ज्ञान, योग-भक्ती असे अनेक मार्ग अध्यात्मात सांगितले आहेत. या सर्व मार्गांनी प्राप्त होणारी अंतिम समज, अंतिम ज्ञान, बोध एकच आहे. अंतिम सत्याच्या शोधकाला, साधकाला शेवटी जी एकच 'समज' प्राप्त होते, ती 'समज' श्रवणानेसुद्धा प्राप्त होऊ शकते. अशा समजप्राप्तीसाठी श्रवण करणे यालाच तेजज्ञान प्राप्त करणे म्हटले गेले आहे. तेजज्ञानाच्या श्रवणाने सत्याचा साक्षात्कार घडतो, ईश्वरीय अनुभव मिळतो. हेच तेजज्ञान सरश्री महाआसमानी शिबिरात प्रदान करतात.

महाआसमानी शिबिर (निवासी)

तुम्हाला सर्वोच्च आनंद हवाय? असा आनंद, जो कोणत्याही बाह्य कारणावर अवलंबून नाही... जो प्रत्येक क्षणी वृद्धिंगत होतो. या जीवनात तुम्हाला प्रेम, विश्वास, शांती, समृद्धी आणि परमसंतुष्टी हवी आहे का? शारीरिक, मानसिक, सामाजिक, आर्थिक आणि आध्यात्मिक अशा आयुष्याच्या सर्व स्तरांवर यशस्वी होण्याची तुमची इच्छा आहे का? 'मी कोण आहे' हे तुम्हाला अनुभवाने जाणावंसं वाटतं का?

तुमच्या अंतर्यामी अशा सर्व प्रश्नांची उत्तरं जाणण्याची इच्छा आणि 'अंतिम सत्य' प्राप्त करण्याची तृष्णा असेल, तर तेजज्ञान फाउंडेशनतर्फे आयोजित 'महाआसमानी शिबिरा'त तुमचं स्वागत आहे. हे शिबिर सरश्रींच्या मार्गदर्शनावर आधारित आहे. सरश्री, आजच्या युगातील आध्यात्मिक गुरू असून, ते आजच्या लोकभाषेत अत्यंत सहजपणे आध्यात्मिक समज प्रदान करतात.

महाआसमानी शिबिराचा उद्देश :

विश्वातील प्रत्येक मनुष्यानं 'मी कोण आहे', या प्रश्नाचं उत्तर जाणून तो सर्वोच्च आनंदाच्या अवस्थेत स्थापित व्हावा, हाच या शिबिराचा मुख्य उद्देश आहे. प्रत्येकाला असं ज्ञान प्राप्त व्हावं, जेणेकरून त्यानं प्रत्येक क्षणी वर्तमानात जगण्याची कला आत्मसात करावी. तो भूतकाळाचं ओझं आणि भविष्याची चिंता यांतून मुक्त व्हावा. प्रत्येकाच्या आयुष्यात कधीही न संपणारा आनंद आणि योग्य समज यावी. शिवाय, प्रत्येकानं समस्या विलीन करण्याची कला आत्मसात करावी. थोडक्यात, मनुष्यजन्माचा उद्देश सफल व्हावा, हाच या शिबिराचा उद्देश आहे.

'मी कोण आहे? मी येथे का आहे? मोक्ष म्हणजे काय? या जन्मातच मोक्षप्राप्ती शक्य आहे का?' असे प्रश्न जर तुमच्या मनात असतील, तर त्यांवरील उत्तर आहे- 'महाआसमानी शिबिर'.

महाआसमानी शिबिराचे मुख्य लाभ :

वास्तविक या शिबिराचे लाभ तर असंख्य आहेत; पण त्यांपैकी मुख्य लाभ पुढीलप्रमाणे-

* जीवनात शक्तिशाली ध्येय निश्चित होतं
* 'मी कोण आहे' हे अनुभवाने जाणता येतं (सेल्फ रियलायजेशन)
* मनाचे सर्व विकार विलीन होतात.
* भय, चिंता, क्रोध, बोरडम, मोह, तणाव या नकारात्मक बाबींतून मुक्ती
* प्रेम, आनंद, मौन, समृद्धी, संतुष्टी, विश्वास अशा दिव्य गुणांशी युक्ती
* साधं, सरळ पण शक्तिशाली जीवन जगता येतं
* प्रत्येक समस्येचं निराकरण करण्याची कला प्राप्त होते
* 'प्रत्येक क्षणी वर्तमानात जगणं' हा तुमचा स्वभाव बनतो
* आपल्यातील सर्व सकारात्मक शक्यता खुलतात
* याच जीवनात मोक्षप्राप्ती होते

महाआसमानी शिबिरात सहभागी कसं व्हाल?

या शिबिरात सहभागी होण्यासाठी तुम्हाला खालील बाबींची पूर्तता करायची आहे-

१) तुमचं वय कमीत कमी अठरा किंवा त्यापेक्षा अधिक असायला हवं.

२) सर्वप्रथम तुम्हाला 'सत्य-स्थापना' (फाउंडेशन ट्रुथ रिट्रीट) शिबिरात सहभागी व्हावं लागेल. या शिबिरात, तुम्ही प्रामुख्यानं दोन बाबी शिकाल- प्रत्येक क्षणी वर्तमानात जगण्याची कला कशी आत्मसात करावी आणि निर्विचार अवस्था कशी प्राप्त करावी.

३) प्राथमिक स्तरावर तुम्हाला काही प्रवचनं ऐकायची असून, त्यांतून तुम्ही मूलभूत समज आत्मसात कराल आणि महाआसमानी शिबिरात प्रवेश करण्यासाठी तयार व्हाल.

महाआसमानी शिबिर वर्षभरात तीन-चार वेळा आयोजित केलं जातं. यात हजारो सत्यशोधक सहभागी होतात. महाआसमानी शिबिराची पूर्वतयारी तुम्ही तेजज्ञान

फाउंडेशनच्या नजीकच्या सेंटरवरही करू शकता. महाराष्ट्रात अहमदनगर, सातारा, औरंगाबाद, नाशिक, नागपूर, वर्धा, अमरावती, चंद्रपूर, यवतमाळ, कोल्हापूर, सांगली, रत्नागिरी, लातूर, बीड, नांदेड, परभणी, पनवेल, मुंबई, ठाणे, सोलापूर, पंढरपूर, जळगाव, अकोला, बुलढाणा, धुळे, भुसावळ आणि महाराष्ट्राबाहेर सुरत, अहमदाबाद, बडोदा, नवी दिल्ली, बेंगलुरू, बेळगाव, धारवाड, रायपूर, भुवनेश्वर, कोलकाता, रांची, लखनौ, कानपूर, चंदीगढ, जयपूर, चेन्नई, पणजी, म्हापसा, भोपाळ, इंदोर, इटारसी, हर्दा, विदिशा, बुऱ्हाणपूर या ठिकाणी महाआसमानी शिबिराची पूर्वतयारी करू शकता.

तेजज्ञान फाउंडेशनमध्ये उपलब्ध असणाऱ्या सरश्रीलिखित पुस्तकांचं वाचन करून किंवा सरश्रींच्या प्रवचनांच्या सीडीज ऐकूनही तुम्ही या शिबिराची पूर्वतयारी करू शकता. याशिवाय, तुम्ही टीव्ही, रेडिओ किंवा यू ट्युबवरील सरश्रींच्या प्रवचनांचा लाभही घेऊ शकता. पण लक्षात घ्या, पुस्तकांतील ज्ञान, सीडी, टीव्ही, रेडिओ आणि यू ट्युबवरील प्रवचनं म्हणजे 'तेजज्ञानाची तोंडओळख' आहे; 'संपूर्ण तेजज्ञान' मुळीच नाही. तुम्ही महाआसमानी शिबिरात सहभागी होऊनच तेजज्ञानाचा आनंद घेऊ शकता. तेव्हा आगामी महाआसमानी शिबिरात सहभागी होण्यासाठी आजच संपर्क करा- ०९९२१००८०६०/ ७५, ९०११०१३२०८

महाआसमानी शिबिरस्थान :

हे शिबिर पुण्यातील मनन आश्रम येथे आयोजित केलं जातं. येथे तुमच्या निवासाची आणि भोजनाची व्यवस्था केली जाते. तुम्हाला काही शारीरिक व्याधी असतील आणि त्यासाठी जर तुम्ही नियमितपणे औषधं घेत असाल, तर शिबिरात येताना ती सोबत बाळगावीत. शिवाय, वातावरणानुसार गरम कपडे, स्वेटर, ब्लँकेटही आणावं.

पुणे शहरापासून १७ किलोमीटर अंतरावर अत्यंत निसर्गरम्य परिसरात मनन आश्रम वसलेला आहे. आश्रमात महिला आणि पुरुष यांच्या निवासाची स्वतंत्र व्यवस्था असून येथे जवळपास ८०० लोकांच्या राहण्याची व्यवस्था आहे. आपण हवाईमार्ग, हायवे किंवा रेल्वे अशा कोणत्याही मार्गाने पुण्यात येऊ शकता.

मनन आश्रम : मनन आश्रम, पुणे, सर्व्हे नं. ४३, सणस नगर, नांदोशी गाव, किरकटवाडी फाटा, तालुका- हवेली, जिल्हा- पुणे- ४११०२४. फोन- ०९९२१००८०६०

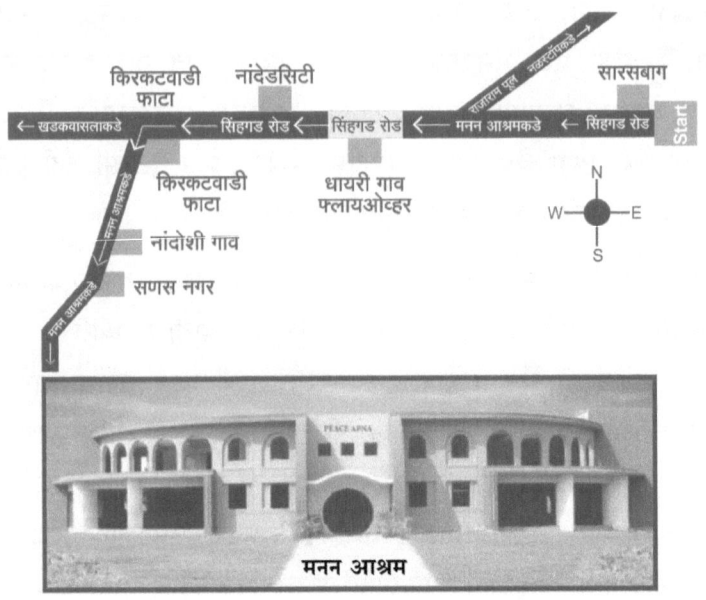

मनन आश्रम

खुशखबर!

आता तुम्ही पुढील शिबिरांसाठी **ऑनलाइन** नोंदणी करू शकता.

महाआसमानी शिबिर (५ दिवसीय निवासी शिबिर)

मॅजिक ऑफ अवेकनिंग (केवळ इंग्रजी भाषिकांसाठी ३ दिवसीय महाआसमानी शिबिर)

आध्यात्मिक नींव स्थापना (किशोरवयीन मुलांसाठी मिनी महाआसमानी निवासी शिबिर)

www.tejgyan.org

पृष्ठ संख्या : २०८
मूल्य : ₹ १६०

Also available in Hindi

'विचार नियमां'चे मूळ प्रार्थना बीज
विश्वास बीज एक अद्‌भुत शक्ती

प्रार्थनेत खूप शक्ती आहे. प्रार्थना चितेला शीतल तर दगडाला मऊ करू शकते. ती वादळाला शमवू शकते आणि बुडत्या नावेला किनाऱ्यावर आणू शकते. विश्वातील सर्व लोक एकाच स्थानावर, एकाचवेळी एकत्रितपणे दोन मिनिटं प्रार्थना करू लागले तर विश्वयुद्धही रोखली जाऊ शकतात. प्रार्थना जगातील सर्वोच्च शक्ती असून समस्या येण्यापूर्वीच ती माणसाला दिली गेलीय.

विश्वातील सर्वोच्च तरंग म्हणजे विश्वास. या विश्वासामुळेच प्रार्थनेचं फळ मिळतं. आपल्या अंतरंगात तेजविश्वासाची शक्ती असून ती लवकरात लवकर जागृत व्हायला हवी. विश्वासच जेव्हा बीज बनतं तेव्हा आश्चर्य आणि चमत्काराचं भरघोस पीक प्राप्त होतं. आपण ज्यावेळी प्रेम, पैसा, मदत, गरजवंताला वेळ देणं अशी विश्वास बीजं पेराल त्यावेळी आपल्या समस्येचं निराकरणही आश्चर्यकारक रूपात होताना बघाल.

पृष्ठ संख्या : १४४
मूल्य : ₹ १४०

Also available in Hindi

अंतर्मनाच्या शक्तीपलीकडील आत्मबळ

अंतर्मनाच्या शक्तीमागे कोणते आत्मबळ कार्यरत असते, याचा उलगडा प्रस्तुत पुस्कात करण्यात आला आहे. या पुस्तकामुळे तुम्हाला आरोग्य, ज्ञान, शांती, कला, कौशल्य आणि समृद्धी प्राप्त करण्याचे रहस्य तर उमगेलच; पण त्याहीपलीकडे गवसेल, आत्मबळाचे वरदान!

याशिवाय प्रस्तुत पुस्तकात समाविष्ट आहे :

* अंतर्मनाला कसे आणि का प्रशिक्षित करावे? * अंतर्मनापलीकडे असणाऱ्या, आत्मबळ प्रदान करतील अशा पाच शक्ती * आत्मबळाच्या आधारे अशक्यप्राय ध्येय पूर्ण कसे करावे? * भावना कशा हाताळाव्यात?
* ऊर्जा एकाग्रित कशी करावी? * स्वयंशिस्त, धैर्य आणि सहनशीलता आत्मसात कशी करावी?

थोडक्यात, या पुस्तकात सामावले आहे अंतर्मनाच्या शक्तीने सामर्थ्यशाली बनण्याचे रहस्य. तेव्हा समृद्ध जीवनाचा शुभारंभ करा... आज... आता... या क्षणी!

पृष्ठ संख्या : २५६
मूल्य : ₹ १८०

Also available in Hindi, English, Gujarati, Malayalam, Kannada, Punjabi, Tamil, Oriya & Telugu

शोध स्वत:चा

In Search of Peace

'शोध स्वत:चा' हे पुस्तक न रहस्यमय कादंबरी आहे न कुठली भयंकर कथा. ती षड्यंत्राने आणि हत्येनं भरलेली उत्तेजनात्मक कथा तर अजिबात नाही. मग नेमका कोणता विषय यात मांडलेला आहे? कुठला महत्त्वपूर्ण आशय वाचकांसमोर सादर केला आहे? हा बारावा कोण आहे? याविषयीचं कमालीचं औत्सुक्य वाढवणारी अकल्पित अशी ही कथा आहे.

न्याय, स्वास्थ्य, आनंद आणि नातेसंबंधात एक अनोखी समज देणारा हा आश्चर्यकारक शोध... अंतर्यामी सतत उपलब्ध असणारा एक अभूतपूर्व अनुभव... चैतन्याकडे नेणारा प्रवास... एक आध्यात्मिक सुखद वाटचाल... एक अलौकिक आत्मशोध... 'शोध स्वत:चा' या कथानकात गुंफलेला आहे.

आपणास हवी असलेली पुस्तकं घरपोच मिळण्यासाठी मनीऑर्डर पाठवा.
ही पुस्तकं आमच्या खर्चाने रजिस्टर्ड पोस्ट, कुरिअर आणि व्ही.पी.पी.द्वारे पाठवली जातील. त्यासाठी खालील पत्त्यावर संपर्क साधावा.

वॉव पब्लिशिंग्ज् प्रा. लि.
*रजिस्टर्ड ऑफिस : E-4, वैभव नगर, तपोवन मंदिराजवळ, पिंपरी, पुणे - ४११०१७
*पोस्ट बॉक्स नं. ३६, पिंपरी कॉलनी, पोस्ट ऑफिस, पिंपरी-पुणे - ४११०१७
फोन नं. : 09011013210 / 9623457873

आपण पुस्तकांची ऑर्डर ऑनलाईनही देऊ शकता.
लॉग इन करा - www.gethappythoughts.org

पोस्टाने पुस्तकं मागवल्यास टपाल खर्चात पूर्ण सवलत तर मिळेलच शिवाय ३०० रुपयांहून अधिक किमतीची पुस्तकं मागवल्यास १०% सूट मिळेल.

पुस्तकांसंबंधी अधिक माहितीसाठी संपर्क साधा :

9623457873

For online shopping visit us : www.gethappythoughts.org

तुम्ही जर 'विचार नियम' पुस्तक वाचलं असेल, तर या पुस्तकातील सूत्रं आणि मंत्र सविस्तर जाणण्यासाठी वाचा

happy thoughts..
The Tej Gyan

सूत्र — **सूत्रांशी संबंधित पुस्तकं**

१. विश्वात कोणतीही वस्तू भौतिक रूपात निर्माण होण्याआधी प्रथम तिची निर्मिती वैचारिक स्तरावर होते.
स्वसंवाद एक जादू
आपला रिमोट कंट्रोल कसा प्राप्त करावा

२. जे विचार होश आणि जोशमध्ये केले जातात तेच वास्तवात बदलतात.
निर्णय आणि जबाबदारी
वचनबद्ध निर्णय आणि जबाबदारी कशी घ्यावी

३. आपल्याला हव्या असणाऱ्या गोष्टीवरच लक्ष केंद्रित करा. नको असणाऱ्या गोष्टीकडे दुर्लक्ष करा.
विचार नियमांचे मूळ प्रार्थना बीज
विश्वास बीज एक अद्‌भुत शक्ती

४. हे जग तसं नाही जसं आपल्याला दिसतं, तथापि असं आहे, जसे आपले विचार असतात.
शोध स्वतःचा
In Search of Peace

५. सर्वकाही भरपूर आहे.
विकास नियम
आत्मसंतुष्टीचं रहस्य

६. एखाद्या माणसावर इतरांच्या विचारांचा परिणाम तोपर्यंत होत नाही जोपर्यंत तो स्वतः होऊ देत नाही.
सुगंध नात्यांचा
सोनेरी नियमाची किमया

७. आपल्यातील सर्वोच्च शक्यता प्रकट होण्यासाठी आपले भाव, विचार, वाणी आणि क्रिया यांच्यात एकरूपता आणा.
नींव नाइन्टी
नैतिक मूल्यांची संपत्ती

मंत्र — मंत्रांशी संबंधित पुस्तकं

१.	'पुढे (Next)' मंत्र	अंतर्मनाच्या शक्तीपलीकडील आत्मबळ	 More than 5000 BOOKS SOLD 
२.	'मी कोण आहे' मंत्र	ईश्वर कोण मी कोण आत्मसाक्षात्काराचा मार्ग	 More than 7000 BOOKS SOLD 
३.	विचारांची ए.बी.सी.डी. मंत्र	संपूर्ण ध्यान २२२ प्रश्न	 More than 11500 BOOKS SOLD 
४.	'मी आहे' ध्यान मंत्र	ध्याननियम आध्यात्मिक उन्नतीचा दिव्यमार्ग	 More than 6000 BOOKS SOLD 
५.	गुड मॉर्निंग पीस मंत्र	आंतरिक शांतीतून विश्वशांतीकडे... अवघे विश्वचि माझे घर	 More than 7000 BOOKS SOLD 
६.	संपूर्ण स्वीकार मंत्र	स्वीकाराची जादू त्वरित आनंद कसा प्राप्त करावा	 More than 153000 BOOKS SOLD 
७.	धन्यवाद मंत्र	तुझी इच्छा तीच माझी इच्छा भक्ती वरदान	 More than 6500 BOOKS SOLD 

बेस्टसेलर पुस्तक 'विचार नियम' शृंखलेचे रचनाकार सरश्रींच्या सत्य संदेशाचा लाभ घ्या

संस्कार चॅनलवर

सोमवार ते शनिवार संध्या. ६:३५ ते ६:५५ आणि रविवारी संध्या. ८:१० ते ८:३० वाजता

• रेडिओ •

विविध भारती F.M. वर मंगळवारी, शुक्रवारी, शनिवारी, रविवारी सकाळी ९:१५ वा. 'तेजविकास मंत्र'.

M.W. पुणे वर शनिवारी सकाळी ८:५५ वा. 'तेजज्ञान इनर पीस अँड ब्यूटी' कार्यक्रम.

नोट : या कार्यक्रमांच्या वेळेत बदल झाल्यास नोंद ठेवावी.

www.youtube.com/user/tejgyan या लिंकच्या साहाय्याने youtube वरील सरश्रींच्या प्रवचनांचा लाभ घेऊ शकता.

तेजज्ञान फाउंडेशनच्या मुख्य शाखा

- **पुणे :** (रजिस्टर्ड ऑफिस)
  विक्रांत कॉम्प्लेक्स, तपोवन मंदिराजवळ,
  पिंपरी, पुणे : 411 017.
  फोन : (020) 27412576, 27411240

- **मनन आश्रम :**
  सर्व्हे नं. ४३, सणस नगर, नांदोशी गांव,
  किरकटवाडी फाटा, तालुका : हवेली,
  जि. पुणे : 411 024. फोन : 09921008060

तेजज्ञान इंटरनेट रेडिओ

तेजज्ञान इंटरनेट रेडिओद्वारे २४ तास ३६५ दिवस, सरश्रींच्या प्रवचन आणि भजनांचा लाभ घ्या. त्यासाठी पाहा लिंक - http://www.tejgyan.org internetradio.aspx

e-book

'The Source', 'Complete Meditation' & 'Self Encounter' ebooks available on Kindle

Free apps

U R Meditation & Tejgyan Internet Radio on all platforms like Android, iPhone, iPad and Amazon

e-magazine

'Yogya Aarogya' & 'Drushtilakshya' emagazines available on www.magzter.com

e-mail

mail@tejgyan.com

Website
www.tejgyan.org, www.gethappythoughts.org

✴ **नम्र निवेदन** ✴

विश्वशांतीसाठी लाखो लोक दररोज सकाळी आणि रात्री ९:०९ मिनिटांनी प्रार्थना करत आहेत. कृपया, आपणही यामध्ये सहभागी व्हा.

www.ingramcontent.com/pod-product-compliance
Lightning Source LLC
LaVergne TN
LVHW040148080526
838202LV00042B/3074
* 9 7 8 8 1 8 4 1 5 4 5 0 4 *